हव्यासाची अंत्ययात्रा

मूक रक्षक आणि आंधळा भक्षक

योगेश संजय काकडे

डॉ.हरिष साखरे

प्रकाशक: नोशन प्रेस

२०२६

हक्क माहिती

हव्यासाची अंत्ययात्रा - मूक रक्षक आणि आंधळा भक्षक

योगेश संजय काकडे, डॉ.हरिष साखरे, २०२६

प्रकाशक: नोशन प्रेस

मुखपृष्ठ संकल्पना: योगेश संजय काकडे, डॉ.हरिष साखरे.

संस्करण: प्रथम संस्करण, २०२६

मूल्य:

अर्पित...

आपल्या गरजेपलीकडे काहीही न साठवणाऱ्या,

आणि निसर्गाच्या आदिम लयीचा आदर करणाऱ्या

या भूमीवरील प्रत्येक मुक्या सजीवाला...

ज्यांच्या अस्तित्वामुळे आज ही पृथ्वी श्वास घेत आहे.

— आणि —

हव्यासाचा अंधार विझवून,

पुढच्या पिढीसाठी हिरवेगार जग सोडून जाऊ इच्छिणाऱ्या

प्रत्येक संवेदनशील वाचकाला...

लक्ष्यित पाठक वर्ग

हे पुस्तक केवळ एका विशिष्ट वयोगटासाठी किंवा अभ्यासकांसाठी मर्यादित नाही. या पृथ्वीवर श्वास घेणाऱ्या आणि मानवी संस्कृतीच्या भविष्याबद्दल थोडी जरी तळमळ असणाऱ्या प्रत्येक व्यक्तीसाठी हे पुस्तक लिहिले गेले आहे. विशेषतः खालील वाचकांसाठी हे एक ' must-read' (अनिवार्य) साहित्य आहेः

- **वैचारिक साहित्याचे चोखंदळ वाचक**: जे केवळ करमणूक म्हणून नव्हे, तर समाज, संस्कृती आणि मानवी स्वभावाच्या सखोल पैलूंचे चिंतन करणारे प्रगल्भ साहित्य वाचू इच्छितात.
- **पर्यावरणप्रेमी आणि कार्यकर्ते**: जे 'झाडे लावा-झाडे जगवा' सारख्या वरवरच्या घोषणांच्या पलीकडे जाऊन, जागतिक तापमानवाढ आणि निसर्गाच्या विनाशाची विदारक जाणीव करून घेण्यास उत्सुक आहेत.
- **तरुण पिढी (वयोगट १८ ते ३५)**: ज्यांच्या भविष्याशी 'पाण्याचे महायुद्ध' आणि 'ऑक्सिजन पार्लर' थेट निगडित आहेत. हव्यासाला आवर घालून 'मिनिमलिझम' (गरजेपुरते जगणे) शिकू इच्छिणाऱ्या तरुणांसाठी हे पुस्तक मार्गदर्शक ठरेल.
- **प्राणीप्रेमी आणि शाश्वत जीवनशैलीचे पुरस्कर्ते**: जे प्राण्यांची नैसर्गिक शिस्त आणि 'शून्य कचरा' (Zero Waste) जगण्याची पद्धत अनुभवून, दैनंदिन आयुष्यात निसर्गाचे ऋण फेडण्यासाठी ठोस पावले उचलण्यास तयार आहेत.
- **शिक्षक आणि समाजप्रबोधक**: ज्यांना समाजाला अंतर्मुख करणारे आरसा दाखवणारे विचार, मर्मभेदी काल्पनिक संवाद आणि वास्तववादी उदाहरणे आपल्या व्याख्यानांतून समाजासमोर मांडायची आहेत.

आभार

कोणतेही वैचारिक किंवा साहित्यिक लेखन हे केवळ एका व्यक्तीच्या प्रयत्नांचे फळ नसते, तर ते अनेक प्रगल्भ व्यक्तींचे मार्गदर्शन, स्नेहीजनांची संवेदनशीलता आणि सहकार्याचे प्रतिफल असते. 'हव्यासाची अंत्ययात्रा' या पुस्तकाचा हा प्रवासही अशाच अनेक सहवासातून समृद्ध झाला आहे.

मी अत्यंत कृतज्ञतेने माझ्या सर्व गुरुजनांचे आणि मार्गदर्शकांचे आभार मानतो, ज्यांच्या बौद्धिक सहवासामुळे आणि अनुभवामुळे या पुस्तकाला वैचारिक सखोलता प्राप्त झाली. मी विशेषतः **डॉ. एम. एस. अली, डॉ. अरुण नन्हई, डॉ. प्रशांत गावंडे, डॉ. एस. एस. खान, डॉ. अविनाश गेडाम, डॉ. अस्मिता ठोंबरे, डॉ. मेघा पाटील, प्रा. कृष्णा तेलंग्रे, प्रा. अर्जुन बोकाडे आणि प्रा. संदीप मोठे** यांचा ऋणी आहे. आपणा सर्वांच्या निरंतर मार्गदर्शनामुळे, मोलाच्या सूचनांमुळे आणि वैचारिक प्रोत्साहनामुळेच मानवी हव्यास, निसर्गाचा विनाश आणि प्राण्यांचे निस्वार्थ सहजीवन यांसारख्या अत्यंत जटिल, वास्तववादी आणि समाजाला आरसा दाखवणाऱ्या विषयावर हे लेखन करणे मला शक्य झाले.

या पुस्तकाच्या निर्मिती प्रक्रियेत आणि वैचारिक घुसळणीत मला माझ्या मित्रांचे मोलाचे सहकार्य लाभले. मी माझे प्रिय मित्र— **श्री. गजानन लाघे, श्री. मोहन जोशी, श्री. महेश खरात, श्री. कार्तिक थोरात, माधुरी खरात, कल्याणी काळे, श्री. कैलास बुरकुल, श्री. उमेश सुरोशे आणि श्री. राम हिंगे** यांचा मनापासून धन्यवाद मानतो. वास्तविक उदाहरणांच्या संकलनापासून ते सामाजिक वास्तवाच्या चर्चेपर्यंत

प्रत्येक स्तरावर आपण दिलेली सक्रिय साथ ही या साहित्यिक प्रवासातील माझी मोठी शक्ती ठरली आहे.

मी त्या सर्व प्रत्यक्ष आणि अप्रत्यक्ष सहकाऱ्यांचेही आभार मानतो, ज्यांनी आपल्या निसर्गप्रेमी विचारांनी आणि प्रेरणेने या पुस्तकाला आकार देण्यास मदत केली. हे पुस्तक आपल्या सर्वांच्या सामूहिक प्रेरणेचे आणि सामाजिक वास्तवाप्रती असलेल्या आपल्या सामायिक आस्थेचेच फलित आहे.

शेवटी, ज्यांच्या संस्कारांमुळे मला निसर्गाची ही आदिम स्पंदनं आणि मुक्या प्राण्यांची संवेदनशीलता टिपता आली, त्या माझ्या माता-पिता **सौ. दुर्गा काकडे आणि श्री. संजय काकडे** यांच्या चरणी कृतज्ञता व्यक्त करतो. या लेखनाच्या संपूर्ण कालखंडात मला अत्यंत संयमाने व विश्वासाने निरंतर बळ दिले, त्यांचा मी ऋणी आहे.

हा हव्यासाचा विळखा सुटून सहअस्तित्वाची एक नवीन, हिरवीगार पहाट उगवेल, या आशेसह हे पुस्तक वाचकांच्या स्वाधीन करत आहे.

— **योगेश संजय काकडे**

प्रास्ताविक

या पृथ्वीच्या पाठीवर जेव्हा पहिल्यांदा जीवनाचा अंकुर फुटला, तेव्हा निसर्गाने एक अतिशय सुंदर, अथांग आणि समन्यायी व्यवस्था निर्माण केली होती. हवा, पाणी आणि जमीन या तीन मूलभूत आधारांवर एका सूक्ष्म कीटकापासून ते अवाढव्य हत्तीपर्यंत सर्वांचा सारखाच अधिकार होता. त्या आदिम जगात कुठेही सीमेच्या भिंती नव्हत्या, मालकी हक्काचे फलक नव्हते आणि संचय करण्याचा लोभ नव्हता. निसर्गाचा एकच अंतिम नियम होता—'गरज'. प्रत्येकाला त्याच्या भुकेपुरते आणि जगण्यापुरते भरभरून देणारी ही धरणीमाता लाखो वर्षे अत्यंत तृप्त आणि हिरवीगार राहिली.

पण या पृथ्वीच्या साडेचार अब्ज वर्षांच्या प्रदीर्घ इतिहासात अगदी काल-परवा एका नवीन जीवाचा उदय झाला—तो जीव म्हणजे 'मानव'. निसर्गाने मानवाला इतर प्राण्यांपेक्षा एक वेगळी देणगी दिली, ती म्हणजे 'प्रगल्भ मेंदू' आणि 'संवेदनशीलता'. देवाची ही योजना यासाठी होती की, मानवाने आपल्या बुद्धीच्या बळावर या संपूर्ण सृष्टीचा रक्षक, तिचा रखवालदार व्हावे. पण माणसाने त्याच बुद्धीचा वापर निसर्गावर हुकूमत गाजवण्यासाठी आणि तिचा भक्षक बनण्यासाठी केला.

माणसाने जमिनीवर पहिली रेघ ओढली, स्वतःभोवती कुंपण घातले आणि जाहीर केले, "इथून पुढे ही जमीन माझी आहे!" ज्या क्षणी माणसाच्या मनात या मालकी हक्काचा भ्रम जन्माला आला, त्याच क्षणी निसर्गाच्या आदिम लयीचे तुकडे-तुकडे होण्यास सुरुवात झाली. माणसाची गरज संपली आणि तिथून एका न संपणाऱ्या 'हव्यासाची'

जन्मकथा सुरू झाली. माणसाला आता फक्त पोट भरण्यासाठी अन्न नको होते, तर पुढच्या सात पिढ्या बसून खातील एवढी संपत्ती बँकांच्या लॉकरमध्ये कोंडायची होती. त्याला राहण्यासाठी साधे घर नको होते, तर डोंगरांचे लचके तोडून सिमेंटचे साम्राज्य उभे करायचे होते.

या हव्यासापोटी माणसाने स्वतःला या पृथ्वीचा 'मालक' समजण्याची ऐतिहासिक चूक केली. त्याने नद्यांची पात्रा बुजवून त्यावर काँक्रीटचे टॉवर्स उभे केले, कारखान्यांचे सांडपाणी ओतून बारमाही नद्यांना विषारी गटारांत बदलले आणि हवेमध्ये इतके प्रदूषण कालवले की आज मानवाच्या पुढच्या पिढीला शुद्ध श्वासासाठी 'ऑक्सिजन पार्लर'ची वाट पाहावी लागत आहे. पॅसिफिक महासागरातील प्लास्टिकचे ढीग आणि यमुनेच्या पात्रावर तरंगणारा केमिकलचा पांढरा फेस हा केवळ मानवी प्रगतीचा पुरावा नाही, तर तो मानवाच्या कृतघ्नतेचा विदारक आरसा आहे.

या पुस्तकाचे शीर्षक '**हव्यासाची अंत्ययात्रा**' हे कोणतेही काल्पनिक भय निर्माण करण्यासाठी ठेवलेले नाही, तर ते आजच्या आधुनिक समाजाच्या उंबरठ्यावर उभे असलेले सर्वात मोठे आणि नग्न सत्य आहे. जर माणसाचा हा लोभ असाच वाढत राहिला, तर त्याचे हे तथाकथित आधुनिक जग, त्याचे विज्ञान आणि त्याची अण्वस्त्रे स्वतःच तयार केलेल्या विनाशाच्या आगीत भस्मसात होतील. माणसाचा हाच हव्यास शेवटी त्याच्या संपूर्ण संस्कृतीची अंत्ययात्रा काढणार आहे, हा गर्भितार्थ या शीर्षकात दडलेला आहे.

पण या विनाशाच्या महामार्गावर धावताना आपल्याला जिवंतपणी जागे करण्याचे काम निसर्गातील मुके प्राणी करत आहेत.

प्राण्यांचे जग अजूनही निसर्गाच्या आदिम लयीशी जोडलेले आहे. पोट भरल्यावर हरणाच्या कळपावर हल्ला न करणारा वाघ, निसर्गाचे मूक परागीभवन करून जंगले जिवंत ठेवणारी लहानशी मधमाशी आणि पृथ्वीवरील कुजलेले अवशेष साफ करून रोगराई रोखणारा गिधाडासारखा स्वच्छता दूत... हे सगळे जीव कोणत्याही तिजोरीशिवाय, कोणत्याही बँक बॅलन्सशिवाय या पृथ्वीचे खरे रक्षणकर्ते (Ecosystem Builders) म्हणून आपले कर्तव्य निस्वार्थपणे बजावत आहेत. ते पृथ्वीकडून जितके घेतात, त्यापेक्षा कितीतरी पटीने ते त्यांच्या मृत्यूने या मातीला परत देऊन जातात.

हे पुस्तक केवळ एका विनाशाची कथा सांगत नाही, तर ते मानवी अहंकाराच्या भिंतीवर मारलेला एक तीव्र कोरडा आहे. केदारनाथची दुर्घटना, अवकाळी पूर, ५० अंश सेल्सिअस पार गेलेले तापमान आणि जंगलाबाहेर पडणाऱ्या महामारी... हा निसर्गाचा कोप नाही, तर ती निसर्गाने मानवाला दिलेली अंतिम धोक्याची घंटा आहे. डायनासोरसारखी महाकाय प्रजाती जर निसर्गाच्या नियमांसमोर एका रात्रीत मातीमोल होऊ शकते, तर मानवाचा हा सिमेंटचा डोलारा किती काळ टिकणार, हा विचारप्रवर्तक प्रश्न आज आपल्यासमोर उभा आहे.

या पुस्तकाचा उद्देश वाचकाला केवळ घाबरवणे हा नसून, त्याच्या सुप्त संवेदनशीलतेला साद घालून त्याला वैयक्तिक पातळीवर आशेचा एक नवीन किरण दाखवणे हा आहे. पृथ्वी मानवाशिवाय अब्जावधी वर्षे अत्यंत सुंदर जगली आहे आणि भविष्यातही जगू शकते; पण माणूस मात्र या पृथ्वीच्या हवा, पाणी आणि मातीशिवाय एक क्षणही जगू शकत नाही, हे परम सत्य आपल्याला स्वीकारावेच लागेल.

प्राण्यांच्या जीवनशैलीतून मिळणारा 'मिनिमलिझम' (गरजेपुरते जगणे) आणि 'सहअस्तित्व' (जगा आणि जगू द्या) हा आदिम पाठच आता आपल्याला वाचवू शकतो. आपल्या दैनंदिन आयुष्यातील छोटे बदल—प्लास्टिकचा संपूर्ण त्याग, पाण्याचा आदर आणि वृक्षारोपण—हेच उद्याच्या जगाला हिरवेगार करण्याचे सामर्थ्य ठेवतात. आपण निसर्गाचे रक्षण करत नाही आहोत, तर आपण स्वतःच्या मानवी प्रजातीचे अस्तित्व वाचवण्याचा शेवटचा प्रयत्न करत आहोत, या जाणिवेची सुरुवात म्हणजेच हे पुस्तक आहे.

निसर्गाचे घड्याळ वेगाने टिक-टिक करत पुढे सरकत आहे. निर्णय आता आपला आहे—या भूमीचे नम्र अपत्य बनून जिवंत राहायचे, की तिचा शत्रू बनून स्वतःच्या हव्यासाच्या अंत्ययात्रेत सामील व्हायचे!

- योगेश संजय काकडे

अनुक्रमणिका

सारांश

"पृथ्वी साडेचार अब्ज वर्षे मानवाशिवाय अत्यंत आनंदाने आणि हिरवीगार जगली आहे, आणि भविष्यातही जगू शकते. पण आधुनिक माणूस मात्र या पृथ्वीच्या हवा, पाणी आणि मातीशिवाय एक क्षणही जिवंत राहू शकत नाही..."

'हव्यासाची अंत्ययात्रा' हे केवळ एक पुस्तक नाही, तर तो मानवी अहंकाराच्या भिंतीवर निसर्गाने मारलेला एक तीव्र कोरडा आहे. देवाने माणसाला या पृथ्वीवरील सर्वात प्रगल्भ मेंदू दिला होता, तो यासाठी की त्याने या जगाचे रक्षण करावे; पण माणसाने त्याच बुद्धीचा वापर निसर्गावर हुकूमत गाजवण्यासाठी आणि तिचा भक्षक बनण्यासाठी केला. गरजेची जागा जेव्हा अमर्याद हव्यासाने घेतली, तेव्हापासून या भूमीच्या विनाशाची उलटी गिनती सुरू झाली.

हे पुस्तक आजच्या आधुनिक समाजाला आरसा दाखवणारे, भावनिक, वास्तववादी आणि वाचकाला स्वतःच्या अस्तित्वाविषयी अंतर्मुख करायला भाग पाडणारे एक प्रगल्भ वैचारिक महाकाव्य आहे. दोन जगांमधील विदारक विरोधाभास हे पुस्तक अत्यंत दृश्यात्मक पद्धतीने मांडते—एकीकडे पोटा पुरती शिकार करणारा वाघ, निसर्गाचे मूक परागीभवन करून जंगले जिवंत ठेवणारी लहानशी मधमाशी आणि पृथ्वी स्वच्छ ठेवणारा गिधाडासारखा स्वच्छता दूत... जे कोणत्याही तिजोरीशिवाय, कोणत्याही बँक बॅलन्सशिवाय या जगाची 'इको-सिस्टम' निस्वार्थपणे सांभाळत आहेत; तर दूसरीकडे, भविष्याच्या सुरक्षेच्या नावाखाली सात पिढ्यांची संपत्ती साठवणारा आणि ५० अंश

सेल्सिअसच्या उन्हातही स्वतःचा लोभ न आवरू शकणारा आंधळा माणूस!

केदारनाथची दुर्घटना, यमुनेचा विषारी फेस, अवकाळी पूर आणि जंगलाबाहेर पडणाऱ्या महामारी... हा निसर्गाचा कोप नाही, तर ती निसर्गाने मानवाला दिलेली अंतिम धोक्याची घंटा आहे. जर आपण आज थांबलो नाही, तर आपल्या पुढच्या पिढीला शुद्ध हवेसाठी 'ऑक्सिजन पार्लर'ची वाट पाहावी लागेल आणि पाण्यासाठी महायुद्धे खेळावी लागतील, याचे सत्य परिस्थितीवर आधारित भीषण चित्रण हे पुस्तक करते. डायनासोरसारखी महाकाय प्रजाती जर निसर्गाच्या नियमांसमोर एका रात्रीत मातीमोल होऊ शकते, तर मानवाचा हा सिमेंटचा डोलारा किती काळ टिकणार, हा मर्मभेदी प्रश्न लेखक आपल्यासमोर उभा करतो.

परंतु, या विनाशाच्या अंधारातही हे पुस्तक आशेचा एक नवीन किरण दाखवते. प्राण्यांच्या जीवनशैलीतून मिळणारा 'मिनिमलिझम' (Minimalism - गरजेपुरते जगणे) आणि 'सहअस्तित्व' (Co-existence - जगा आणि जगू द्या) हा आदिम पाठ शिकून, आपण आपल्या दैनंदिन आयुष्यात प्लास्टिकचा संपूर्ण त्याग, पाण्याचा आदर आणि वृक्षारोपणासारखे सूक्ष्म बदल करून या विनाशाच्या चक्राला उलट फिरवू शकतो.

आपण निसर्गाचे रक्षण करत नाही आहोत, तर आपण स्वतःच्या मानवी प्रजातीचे अस्तित्व वाचवण्याचा शेवटचा प्रयत्न करत आहोत, या अंतिम सत्याची जाणीव करून देणारे हे एक अत्यंत आवश्यक आणि डोळे उघडणारे पुस्तक आहे.

निसर्गाचे घड्याळ वेगाने टिक-टिक करत पुढे सरकत आहे. निर्णय आता आपला आहे—या भूमीचे नम्र अपत्य बनून जिवंत राहायचे, की तिचा शत्रू बनून स्वतःच्या 'हव्यासाच्या अंत्ययात्रेत' सामील व्हायचे!

प्रस्तावना

मानवाने आपल्या बुद्धीच्या जोरावर विज्ञान, तंत्रज्ञान आणि विकासाच्या नावाखाली अभूतपूर्व अशी प्रगती केली आहे. आकाशाला गवसणी घालण्यापासून ते समुद्राच्या तळाशी पोहोचण्या पर्यंत अनेक चमत्कारिक शोध घडवून आणले आहेत. परंतु या प्रगतीच्या प्रवासात मानवाने एक मूलभूत सत्य विसरले आहे- ते म्हणजे तो एकटा निसर्गाचा मालक नसून तो एक त्यातील घटक आहे. आज मानवाच्या अमर्याद स्वार्थी हव्यासामुळे जंगलांचा ऱ्हास, जलस्त्रोतांचे प्रदूषण, जैवविविधतेचा नाश, हवामान बदल,त्सुनामी यांसारखी गंभीर संकटे निर्माण झाली आहेत.

हे पुस्तक निसर्ग आणि मानव यांच्यातील नातेसंबंधांचा वेध घेते. एका बाजूला निसर्गाशी समरस होऊन जगणारे प्राणी आहेत, जे आपल्या केवळ गरजेपुरते घेतात आणि पृथ्वीचे संतुलन राखतात.तर दुसऱ्या बाजूला मानव आहे, जो गरज आणि हव्यास यातील सीमारेषा ओलांडून नैसर्गिक संसाधनांचे अमर्याद शोषण करीत आहे.'गरज सरो वैध मरो'या उक्तीप्रमाणे आज तो वागत आहे. त्यामुळेच या पुस्तकाला ''हव्यासाची अंत्ययात्राःमूक रक्षक आणि आंधळा भक्षक"हे शिर्षक अत्यंत समर्पक ठरते.

या पुस्तकातून लेखकाने वाचकांना निसर्गाच्या मूलभूत नियमांची जाणीव करून देण्याचा प्रयत्न केला आहे. हवा, पाणी, जमीन आणि इतर नैसर्गिक संसाधने ही कुण्या एकट्या मानव व्यक्तीची खाजगी मालमत्ता नसून,ती संपूर्ण सजीव सृष्टीची सामायिक संपत्ती असून त्यावर सर्व प्राणी मात्रांचा अधिकार आहे हा संदेश यातून दिला आहे. तसेच मानवाच्या वाढत्या हव्यासाचे परिणाम आणि त्यातून निर्माण

होणाऱ्या संकटांबाबत जागरूकता आणि मानवाला सचेत करण्याचाही प्रयत्न केला आहे.

हे पुस्तक व्यक्तीला केवळ पर्यावरण विषयक विचार करण्यास भाग पाडत नाही, तर आत्मपरीक्षण करण्यासही प्रवृत्त करते. आपण पृथ्वीला काय देत आहोत? पुढील पिढ्यांसाठी आपण कोणता शाश्वत विकासाचा वारसा ठेवून जात आहोत? या प्रश्नांची उत्तरे शोधण्याचा हा एक प्रामाणिक प्रयत्न आहे.

माझी अपेक्षा आहे, की हे पुस्तक वाचकांच्या मनात निसर्गाबद्दल कृतज्ञता, संवेदनशीलता आणि सह अस्तित्वाची भावना निर्माण करू शकेल.जर मानवाने आपल्या हव्यासावर नियंत्रण ठेवून निसर्गाशी पुन्हा सुसंवाद साधला, तर पृथ्वीवरील जीव आपले संतुलन राखत , मानव प्राण्याचे अस्तित्व टिकून राहील,ही काळया दगडावरची पांढरी रेघ होय.

हेच भावनिक बंध मनात ठेवून हे पुस्तक वाचकांच्या हाती देतांना लेखकाला मनस्वी आनंद होत आहे.

प्रा.डॉ. हरिष साखरे
(सहयोगी प्राध्यापक)
महात्मा ज्योतिबा फुले समाजकार्य
महाविद्यालय, बुलडाणा.

प्रकरण १: दोन वेगळी जगं

प्रस्तावना

पहाटेच्या मंद प्रकाशात जेव्हा झाडांच्या पानांवरून दवबिंदू खाली जमिनीवर टपकतो, तेव्हा तो कोणताही आवाज करत नाही. तो जमिनीला विचारत नाही की ही जागा कोणाची आहे? जमीनही त्याला सामावून घेताना कोणताही भेद करत नाही. निसर्गाच्या या अथांग पसाऱ्यात एक प्रचंड मोठी, आदिम शांतता आहे. ही शांतता कोणत्याही कायद्याने किंवा कराराने बांधलेली नाही, तर ती एका अदृश्य, वैश्विक नियमाने चालते.

पण याच शांततेला छेद देत जेव्हा मानवाच्या पावलांचा आवाज या भूमीवर पडतो, तेव्हापासून सुरू होतो एक विदारक संघर्ष. आज आपण एका अशा वळणावर येऊन ठेपलो आहोत, जिथे निसर्गाने दिलेली भूमी आणि मानवाने आखलेल्या सीमा यांच्यात एक न संपणारी भिंत उभी राहिली आहे. आपण एकाच पृथ्वीवर राहतो, पण आज इथे दोन वेगळी जगं अस्तित्वात आली आहेत. एक जग जे अजूनही निसर्गाच्या मूळ लयीशी जोडलेले आहे, आणि दुसरे जग ज्याने स्वतःच्या हव्यासापोटी त्या लयीचे तुकडे-तुकडे केले आहेत.

या पहिल्या भागात आपल्याला त्याच मूळ रचनेचा शोध घ्यायचा आहे, जी मानवाच्या पूर्वजांनी पाहिली होती, पण आजच्या आधुनिक मानवाने पार विसरून दिली आहे.

आदिम अवकाश आणि समतेचा नियम

खूप वर्षांपूर्वी, जेव्हा मानवाने स्वतःभोवती सिमेंटचे जंगल उभे केले नव्हते आणि जमिनीवर मालकी हक्काचे फलक लावले नव्हते, तेव्हा ही पृथ्वी कशी दिसत असेल? कल्पना करा एका अशा अथांग कालखंडाची, जिथे विस्तीर्ण जंगले, खळाळत वाहणाऱ्या नद्या आणि आकाशात मुक्तपणे विहरणारे पक्षी होते. त्या काळात कोणताही पासपोर्ट नव्हता, कोणतीही सीमा नव्हती आणि कोणत्याही झाडावर 'हे झाड फक्त माझं आहे' अशी पाटी नव्हती.

निसर्गाची मूळ रचना ही एका महाभोजनासारखी होती, जिथे प्रत्येकासाठी ताट वाढलेले होते, पण कोणीही ते अन्न घरात लपवून ठेवू शकत नव्हते. या रचनेचा सर्वात मोठा नियम एकच होता—'गरज'. जितकी भूक आहे, तितकेच घ्यायचे. भुकेपलीकडे संचय करण्याचा कोणताही नियम निसर्गाच्या पाठात नव्हता. एका विशाल वटवृक्षाच्या सावलीत उन्हाळ्याच्या दुपारी वाघही विश्रांती घेत होता आणि त्याच झाडाच्या ढोलीत लहानसे खारूताईचे पिल्लूही सुरक्षित होते. वाघाने

कधीही त्या झाडावर स्वतःचा हक्क सांगितला नाही आणि खारूताईनेही कधी वाघाला पाहून त्या जागेचा संकोच केला नाही.

यालाच आपल्या पूर्वजांनी 'वसुधैव कुटुंबकम्' म्हटले होते. ही केवळ एका ग्रंथातील ओळ नव्हती, तर ते या पृथ्वीचे जिवंत वास्तव होते. संपूर्ण पृथ्वी हेच एक कुटुंब होते. या कुटुंबात प्रत्येक सजीवाला, मग तो डोळ्यांना न दिसणारा मातीतील सूक्ष्म कीटक असो वा जंगलाचा राजा असलेला अवाढव्य हत्ती असो, सर्वांना निसर्गाच्या संसाधनांचे समन्यायी वाटप झाले होते.

नदी डोंगरातून उगम पावून जेव्हा खाली येत असे, तेव्हा ती वाटेत येणाऱ्या प्रत्येक सजीवाची तहान भागवत पुढे जात असे. ती कधीही माणसाच्या शेताजवळ थांबून म्हणाली नाही की, "तू मला पैसे दे, तरच मी तुला पाणी देईन." किंवा तिने कधी प्राण्यांना असे म्हटले नाही की, "तुम्ही या देशाचे नागरिक नाही आहात, त्यामुळे तुम्हाला माझ्या पाण्यातून पिण्याचा अधिकार नाही." नदीचे पाणी सर्वांचे होते, हवेचा प्रत्येक झोका सर्वांचा होता आणि जमिनीचा प्रत्येक तुकडा हा केवळ राहण्यासाठी होता, विकण्यासाठी नाही.

मालकी हक्काची गैरहजेरी आणि निसर्गाची सीमाहीनता

निसर्गाच्या मूळ रचनेत सर्वात सुंदर गोष्ट कोणती असेल, तर ती म्हणजे 'मालकी हक्काची संपूर्ण गैरहजेरी'. प्राण्यांच्या जगात, वनस्पतींच्या जगात 'हे माझे आहे' या शब्दाला काहीच अर्थ नाही.

एका घनदाट जंगलात, एका मोठ्या नदीच्या काठावर हजारो वर्षांपासून राहणाऱ्या एका हत्तींच्या कळपाचा विचार करा. तो कळप दरवर्षी एका विशिष्ट मार्गाने स्थलांतर करतो. त्याला 'कॉरिडोअर' म्हणतात. पिढ्यान्पिढ्या त्या हत्तींनी तो मार्ग वापरला आहे. त्यांच्यासाठी ती जमीन त्यांची मालकी नव्हती, तर तो त्यांचा जगण्याचा रस्ता होता. एका ऋतूत ते एका भागात राहून तिथला पालापाचोळा खातात, तिथे विष्ठा टाकतात, ज्यातून नवीन झाडे उगवतात. दुसऱ्या ऋतूत ते दुसरीकडे निघून जातात. ते जेव्हा जागा बदलतात, तेव्हा ते तिथल्या जमिनीचा ताबा दुसऱ्या कोणाला देत नाहीत किंवा ती जागा कोणाला विकतही देत नाहीत. ते फक्त पुढे जातात, कारण निसर्गाचा नियम त्यांना फिरते ठेवतो.

पण माणसाने काय केले? माणसाने एका जागी खिळा ठोकला. त्याने जमिनीभोवती कुंपण घातले. त्याने दगडावर दगड रचून भिंती उभारल्या आणि जाहीर केले—"इथून पुढे ही जमीन माझी आहे!"

ज्या क्षणी माणसाने जमिनीवर 'माझी' असा शिक्का मारला, त्याच क्षणी निसर्गाच्या समत्वाचा पाया कोसळला. माणसाने फक्त स्वतःभोवती कुंपण घातले नाही, तर त्याने त्या कुंपणाच्या आत येणाऱ्या प्रत्येक नैसर्गिक गोष्टीवर स्वतःची मालकी घोषित केली. त्या जमिनीत उगवणारे झाड त्याचे झाले, तिथून वाहणारा पाण्याचा झरा त्याचा झाला आणि तिथली मातीही त्याची झाली.

विचार करा, एका कीटकाला काय समजतंय मालकी हक्क? एक लहानसं फुलपाखरू शेकडो मैल उडून एका फुलावरून दुसऱ्या फुलावर बसते. ते फुलपाखरू भारत-पाकिस्तानच्या सीमेवर असलेल्या कुंपणावरच्या फुलावर बसताना कधी विचार करते का की मी कोणत्या देशात आहे? त्या फुलपाखरासाठी ते फूल ही निसर्गाने दिलेली देणगी आहे. पण माणसाने तिथे बंदुका घेऊन पहारा ठेवणारे सैनिक उभे केले आहेत. निसर्गात सीमा नव्हत्याच. सीमा माणसाच्या मनातल्या हव्यासातून जन्माला आल्या आणि त्यांनी या सुंदर पृथ्वीला छिन्नविच्छिन्न करून टाकले.

हवा, पाणी आणि जमीनः सर्वांचा समान अधिकार

निसर्गाने जेव्हा जगाची निर्मिती केली, तेव्हा तिने तीन मुख्य गोष्टी सर्व सजीवांच्या हवाली केल्या—हवा, पाणी आणि जमीन. या तीन गोष्टी म्हणजे जगण्याचे आधारस्तंभ आहेत.

सुरुवातीला, हवा ही मुक्त होती. ती कोणाच्याही नियंत्रणात नव्हती. एकाच हवेच्या झोक्यामध्ये जंगलातील सुकलेले पानही हलत होते आणि एका राजाच्या राजवाड्याचे पडदेही थरथरत होते. हवा दोघांनाही सारखीच स्पर्श करत होती. वाघाच्या फुफ्फुसात जाणारा ऑक्सिजन आणि माणसाच्या शरीरात जाणारा ऑक्सिजन यात निसर्गाने कधीही फरक केला नाही. हवेची ही समता हीच निसर्गाची खरी न्यायव्यवस्था होती.

पाण्याचेही तसेच होते. पाऊस जेव्हा पडतो, तेव्हा तो श्रीमंताच्या बंगल्यावरही तितक्याच वेगाने पडतो आणि जंगलातील एका अनाथ हरणाच्या पाठीवरही तितक्याच मायेने कोसळतो. पावसाला माहित नसते की खाली कोण राहते आहे. जमिनीचेही तसेच होते. जमीन ही सर्व सजीवांना सामावून घेणारी माता होती. ती कुजलेल्या पानालाही स्वतःमध्ये मिसळून घेत होती आणि मृत प्राण्याच्या शरीरालाही खत बनवून नवीन जीवनाला जन्म देत होती.

पण आज या तीनही गोष्टींची अवस्था काय झाली आहे? माणसाने जमिनीचे तुकडे केले, तिचे भाव ठरवले, तिची खरेदी-विक्री सुरू केली. जमिनीला एका वस्तूचे स्वरूप आले. त्यानंतर माणसाची नजर पाण्यावर गेली. नद्यांवर धरणे बांधून माणसाने पाण्याचा प्रवाह अडवला. जे पाणी कधीकाळी प्रत्येकासाठी विनामूल्य वाहत होते, ते आज प्लास्टिकच्या बाटल्यांमध्ये बंद होऊन पैशांच्या बदल्यात विकले जात आहे. आणि हवेचे काय? माणसाने स्वतःच्या कारखान्यांचा धूर सोडून ती हवा इतकी विषारी करून टाकली आहे की, आज शुद्ध हवा मिळणे हा सुद्धा एक विलास झाला आहे. काही शहरांमध्ये तर आता 'ऑक्सिजन बार' सुरू झाले आहेत, जिथे पैशांच्या मोबदल्यात शुद्ध हवा विकत घ्यावी लागते.

ज्या गोष्टी निसर्गाने एका लहान मुंग्यापासून ते महाकाय हत्तीपर्यंत सर्वांना समान हक्काने दिल्या होत्या, त्या सर्व गोष्टी आज माणसाने स्वतःच्या तिजोरीत बंद करून ठेवल्या आहेत. मग उरलेल्या सजीवांनी कुठे जायचे? त्यांनी कोणती हवा श्वास म्हणून घ्यायची? त्यांनी कोणते पाणी प्यायचे? आणि त्यांनी कोणत्या जमिनीवर पाय ठेवायचा?

दोन जगांमधील मूक संवाद: विदारक वास्तव

गोष्ट आहे एका विस्तीर्ण जंगलाची, ज्याच्या वेशीवर माणसाने आता खाणकाम सुरू केले आहे. जंगलाच्या आत एक जुना पाण्याचा डोह आहे, जिथे हजारो वर्षांपासून जंगलातील सर्व प्राणी रात्रीच्या वेळी पाणी पिण्यासाठी एकत्र येतात. त्या डोहाच्या कडेला एक वृद्ध बिबट्या आणि एक तरुण हरीण समोरासमोर आले आहेत. निसर्गाचा नियम असा आहे की शिकारी आणि भक्ष्य पाण्याच्या ठिकाणी एकमेकांवर हल्ला करत नाहीत, कारण तिथे फक्त तृष्णा शांत करायची असते.

दोघेही पाणी पितात आणि डोहाच्या संकोचत चाललेल्या पात्राकडे पाहतात. माणसाच्या यंत्रांचा मोठा आवाज जंगलाच्या शांततेचा थरकाप उडवत असतो.

हरीण बिबट्याकडे पाहून घाबरत नाही, कारण आज त्याला वाघापेक्षा जंगलाबाहेर उभ्या असलेल्या माणसाच्या यंत्रांची जास्त भीती वाटत आहे. हरीण मूक नजरेने विचारते, "राणा, हे काय चालले आहे? दरवर्षी या डोहाचे पाणी स्वच्छ आणि अथांग असायचे. यावर्षी पाण्याचा रंग काळा का झाला आहे? आणि या पाण्यातून कसलातरी विचित्र उग्र वास का येत आहे?"

वृद्ध बिबट्या आपले डोके खाली झुकवतो, त्याच्या डोळ्यात एक अगतिकता आहे. तो म्हणतो, "बाळा, माणसाने डोंगराच्या पलीकडे माती खणायला सुरुवात केली आहे. त्यांनी जमिनीचे पोट फाडले आहे. त्या पोटातून जे रसायन निघत आहे, ते आपल्या पाण्यात मिसळत आहे. माणूस आता इथपर्यंत पोहोचला आहे."

हरीण आश्चर्याने विचारते, "पण हा डोह तर आपला आहे ना? माझ्या आजोबांनी, त्यांच्या खापरपणजोबांनी याच डोहाचे पाणी पिऊन आयुष्य काढले. माणसाने या डोहावर आपले नाव कधी लिहिले?"

बिबट्या हसतो, पण त्या हसण्यात एक वेदना असते. तो म्हणतो, "माणसाला कोणत्याही नावांची गरज नसते. तो फक्त एक कागद आणतो, त्यावर काहीतरी लिहितो आणि म्हणतो की ही जमीन आता माझी झाली. त्याच्याकडे कुंपण घालण्याची ताकद आहे, त्याच्याकडे लोखंडी यंत्रे आहेत. तो हवेवर, पाण्यावर आणि जमिनीवर स्वतःचा अधिकार सांगतो. आपल्या नशिबात आता फक्त पळणे उरले आहे."

"पण आपण कुठे पळणार?" हरणाचा प्रश्न हवेत तरंगत राहतो. कारण जंगलाच्या चारही बाजूंनी आता माणसाच्या सिमेंटच्या भिंती उभ्या राहिल्या आहेत.

हा केवळ एक काल्पनिक संवाद नाही, तर हे आजच्या घडीला प्रत्येक जंगलात घडणारे मूक वास्तव आहे. प्राण्यांना समजत नाही आहे की ज्या पृथ्वीवर ते जन्माला आले, जी पृथ्वी त्यांच्या हक्काची होती, ती अचानक एका रात्रीत कोणाची तरी खाजगी मालमत्ता कशी झाली?

विचारप्रवर्तक प्रश्नः आपण नक्की काय करत आहोत?

इथे थांबून आपण स्वतःला काही प्रश्न विचारण्याची गरज आहे. जर आपण स्वतःला या पृथ्वीवरील सर्वात बुद्धिमान प्राणी म्हणवून घेतो, तर मग आपल्या बुद्धिमत्तेने या जगाला काय दिले? आपण निसर्गाची मूळ रचना बदलून कोणता विकास साधत आहोत?

- जेव्हा आपण एका जंगलातून रस्ता काढतो आणि त्या रस्त्यावर रात्रीच्या वेळी वेगाने जाणाऱ्या गाडीखाली एखादा बिबट्या किंवा हरीण चिरडून मरते, तेव्हा तो अपघात असतो की आपण केलेला खून असतो? ती जमीन मूळची कोणाची होती—त्या प्राण्यांची की आपल्या गाडीची?
- ज्या नद्यांना आपण 'माता' म्हणतो, त्याच नद्यांमध्ये आपल्या कारखान्यांचे सांडपाणी सोडताना आपले हात का थरथरत नाहीत? आपण आपल्याच मातेच्या रक्तात विष कालवत आहोत, याची जाणीव आपल्याला कधी होणार?

- एका लहानशा पक्षाने आपले घरटे बांधण्यासाठी झाडाची एक फांदी निवडली, पण आपण ते झाडच मुळासकट उपटून टाकले. त्या पक्षाच्या बेघर होण्याचे पाप आपण कोणत्या गंगा नदीत धुणार आहोत?

निसर्गाने कधीही कोणाशी भेदभाव केला नाही, पण माणसाने मात्र निसर्गाच्या प्रत्येक घटकाला स्वतःचा गुलाम बनवण्याचा प्रयत्न केला आहे. आपण हे विसरलो आहोत की जर निसर्गाचा हा समतोळ बिघडला, तर त्यात सर्वात पहिले नुकसान हे माणसाचेच होणार आहे. कारण प्राणी तरी निसर्गाच्या नियमाने जगू शकतात, पण माणूस निसर्गाशिवाय एक क्षणही जगू शकत नाही.

हव्यासाचा भस्मासूर आणि अंतिम इशारा

माणसाचा हा हव्यास आता एका भस्मासुरासारखा वाढला आहे. सुरुवातीला माणसाची गरज फक्त अन्न, वस्त्र आणि निवारा इतकीच होती. तिथपर्यंत निसर्ग माणसाला आनंदाने सर्वकाही देत होती. पण जेव्हा गरजेची जागा हव्यासाने घेतली, तेव्हापासून विनाशाची उलटी गिनती सुरू झाली.

माणसाला आता फक्त राहण्यासाठी घर नको आहे, तर त्याला जंगलाच्या मधोमध रिसॉर्ट हवे आहे. त्याला फक्त पिण्यासाठी पाणी

नको आहे, तर त्याला स्वतःच्या स्विमिंग पूलसाठी नद्यांचे पाणी वळवायचे आहे. त्याला फक्त शेतीसाठी जमीन नको आहे, तर त्याला डोंगरांचे डोंगर पोखरून तिथून खनिजे उपसायची आहेत. या हव्यासाला कोणतीही सीमा नाही.

पण आपण हे लक्षात ठेवले पाहिजे की निसर्ग जेव्हा शांत असते, तेव्हा ती आपली माता असते; पण जेव्हा तिचा अंत पाहिला जातो, तेव्हा ती रुद्ररूप धारण करते. आज जे जागतिक तापमानवाढ (Global Warming), अवेळी येणारे पूर, भीषण दुष्काळ, आणि नवनवीन साथीचे रोग आपण पाहत आहोत, हा निसर्गाने मानवाला दिलेला थेट आणि अंतिम इशारा आहे. निसर्ग आपल्याला सांगत आहे की, "थांबा! तुमच्या हव्यासाला आवर घाला. जर तुम्ही माझी रचना बदलण्याचा प्रयत्न केला, तर मी तुम्हाला या पृथ्वीवरून असे मिटवून टाकेन की तुमचा इतिहास शोधायलाही कोणी उरणार नाही."

आपण अजूनही वेळ गेलेली नाही असे मानतो, पण प्रत्यक्षात घड्याळाचे काटे खूप पुढे गेले आहेत. आपण ज्या पृथ्वीला आपले साम्राज्य समजून बसलो आहोत, ती प्रत्यक्षात एक भाड्याचे घर आहे, जे आपल्याला पुढच्या पिढीच्या स्वाधीन करायचे आहे. पण आपण ते घरच उद्ध्वस्त करायला निघालो आहोत.

निसर्गाच्या त्या आदिम नियमाकडे, त्या 'वसुधैव कुटुंबकम्'च्या भावनेकडे आपल्याला परत जावेच लागेल. अन्यथा, माणसाचे हे तथाकथित आधुनिक जग स्वतःच तयार केलेल्या विनाशाच्या खाईत गडप होईल, आणि मागे उरेल फक्त एक उजाड, निर्जीव पृथ्वी... जिथे ना माणूस असेल, ना त्याचा हव्यास.

गरजा विरुद्ध हव्यास

दुपारची रखरखती वेळ आहे. जंगलाच्या मध्यभागी असलेल्या एका जुन्या विहिरीच्या कडेला विसावलेल्या वडाच्या झाडाखाली एक वाघ संथपणे डोळे मिटून पडला आहे. त्याच्यापासून अवघ्या काही अंतरावर हरणांचा एक कळप अगदी बिनधास्तपणे कोवळे गवत चरत आहे. हरणांना माहित आहे की वाघाने नुकतीच एक शिकार केली आहे आणि त्याचे पोट भरलेले आहे. जोपर्यंत वाघाला पुन्हा भूक लागत नाही, तोपर्यंत तो या कळपातील एकाही हरणाला साधी नख लावणार नाही. जंगलातली ही एक अलिखित, आदिम शांतता आहे. शिकारी आणि भक्ष्य यांच्यातल्या या अजब विश्वासावर निसर्गाचे चक्र फिरत असते.

पण आता या दृश्यावरून नजर हटवून जरा माणसांच्या शहरांकडे वळवा. एका चकचकीत मॉलमधील सुपरमार्केटमध्ये एक माणूस उभा आहे. त्याच्या घरातल्या फ्रिजमध्ये पुढच्या आठवडाभराचे

अन्न साठवलेले आहे, बँकेत लाखो रुपये जमा आहेत, तरीही तो माणूस डिस्काउंटच्या ऑफर पाहून ट्रॉलीमध्ये नको असलेल्या वस्तू कोंबतो आहे. त्याच्या चेहऱ्यावर तृप्तीचा कोणताही भाव नाही, तर एक अनाकलनीय घाई आणि भीती आहे—'जर हे संपले तर? जर पुढच्या काळात मला हे मिळाले नाही तर?'

या दोन दृश्यांच्या मधोमध उभा आहे या पृथ्वीचा सर्वात मोठा विरोधाभास. एका बाजूला पोट भरल्यावर शांत झोपणारा जंगलाचा राजा आहे, तर दुसऱ्या बाजूला सर्वकाही असूनही अधिक मिळवण्यासाठी आसुसलेला, हव्यासाने पछाडलेला माणूस आहे. आपण गरजेपोटी जगणे कधीच सोडले आहे आणि एका अशा न संपणाऱ्या शर्यतीत सामील झालो आहोत, जिथे जिंकणाराही शेवटी हरणारच आहे.

आदिम लय आणि प्राण्यांचे वर्तमानकालीन सहजीवन

निसर्गाने प्रत्येक सजीवाला जगण्यासाठी एक अंतर्गत घड्याळ आणि एक अचूक होकायंत्र दिले आहे. प्राण्यांचे जग हे पूर्णपणे 'वर्तमानकाळावर' आधारलेले असते. त्यांच्याकडे कालचा पश्चात्ताप नसतो आणि उद्याची चिंता नसते. ते जगतात ते फक्त 'आज' आणि 'याच क्षणात'.

प्राण्यांची जीवनशैली जर आपण जवळून पाहिली, तर आपल्याला समजेल की त्यांच्या संपूर्ण अस्तित्वाचा पाया 'गरज' या एकाच शब्दावर टिकून आहे. जंगलातील एक सिंह जेव्हा शिकार करतो, तेव्हा तो फक्त स्वतःची आणि त्याच्या कुटुंबाची भूक भागवण्यासाठी करतो. शिकार करून पोट भरले की तो उर्वरित अन्न तिथेच सोडून देतो. तो कधीही त्या मेलेल्या प्राण्याचे मांस झाडावर लपवून ठेवत नाही की, "उद्या जर मला शिकार मिळाली नाही, तर मी हे खाईन." त्याच्या या सुटलेल्या भागावर जंगलातील कोल्हे, गिधाडे आणि लहान कीटक आपले पोट भरतात. म्हणजेच, सिंहाची गरज पूर्ण झाल्यावर तो निसर्गाच्या अन्नाचा साठा इतरांसाठी खुला करतो.

पक्षांचेही तेच आहे. एक चिमणी सकाळी घरट्यातून बाहेर पडताना आपल्या पिल्लांना सांगत नाही की, "आज मी चार दाणे जास्त आणून ठेवते, म्हणजे उद्या आपल्याला पंख हलवायची गरज पडणार नाही." ती रोज सकाळी निघते, रोज दाणे शोधते आणि रोज आपल्या पिल्लांची भूक भागवते. निसर्गावर त्यांचा इतका अथांग विश्वास असतो की, उद्याची पहाट त्यांच्यासाठी नवीन अन्न घेऊन येईल, याची त्यांना खात्री असते. ते कधीही अन्नाचा संचय करत नाहीत, ते कधीही गोदामांची निर्मिती करत नाहीत.

या उलट, प्राण्यांच्या जगात केवळ अन्नाचीच नाही, तर जागेचीही एक मर्यादा असते. एखादा प्राणी आपले साम्राज्य (Territory) तयार करतो, पण ते केवळ स्वतःच्या संरक्षणासाठी आणि प्रजननासाठी असते. तो कधीही शेजारच्या जंगलावर स्वारी करून तिथली जमीन बळकावण्याचा प्रयत्न करत नाही. त्यांच्याकडे 'रिअल इस्टेट'चे व्यवहार नसतात. जोपर्यंत त्यांच्या जगण्यात कोणी ढवळाढवळ करत नाही, तोपर्यंत ते शांत असतात.

हा निसर्गाचा मूळ नियम आहे—'Living in the Present'. वर्तमानात जगण्याच्या या पद्धतीमुळेच जंगलात कधीही अन्नधान्याची टंचाई होत नाही की कधी तिथे मंदी येत नाही. निसर्गाचा हा समतोल प्राण्यांच्या याच निस्वार्थी आणि मर्यादित जगण्यावर टिकून आहे.

मानवाचा उदय आणि गरजेचे लोभात झालेले रूपांतर

पण मग या पृथ्वीवर माणसाचा उदय झाला. माणूस हा निसर्गातील इतर प्राण्यांसारखाच एक सामान्य प्राणी म्हणून जन्माला आला होता. सुरुवातीला तोही जंगलात राहायचा, कंदमुळे खायचा आणि प्राण्यांची शिकार करायचा. तोपर्यंत माणसाचे जगणेही निसर्गाच्या लयीशी सुसंगत होते. त्याला भूक लागली की तो शिकार

करायचा, थंडी वाजली की गुहेत आश्रय घ्यायचा. त्याची गरज मर्यादित होती, त्यामुळे निसर्गालाही त्याचे ओझे वाटत नव्हते.

परंतु, माणसाला इतर प्राण्यांपेक्षा एक वेगळी देणगी मिळाली होती—ती म्हणजे 'प्रगल्भ मेंदू' आणि 'कल्पनाशक्ती'. या बुद्धीच्या जोरावर माणसाने अग्नीचा शोध लावला, चाकाचा शोध लावला आणि हळूहळू तो शेती करू लागला. शेतीचा शोध हा मानवी इतिहासातील सर्वात मोठा टर्निंग पॉईंट होता. कारण शेतीमुळे माणसाला एका जागी स्थिर राहता आले आणि पहिल्यांदाच अन्न 'साठवून' ठेवण्याची संकल्पना जन्माला आली.

अन्न साठवण्याची ही सोय सुरुवातीला 'भविष्याची सुरक्षा' म्हणून सुरू झाली होती. दुष्काळ पडला किंवा पाऊस आला नाही, तर जगता यावे म्हणून माणसाने धान्य साठवायला सुरुवात केली. इथपर्यंत सर्व काही ठीक होते. ती माणसाची गरज होती. पण हळूहळू या सुरक्षेच्या भावनेने कधी 'लोभाचे' रूप घेतले, हे माणसाचे त्याला स्वतःलाही समजले नाही.

सुरक्षेचे रूपांतर हव्यासात होताच माणसाची व्याख्या बदलली. आता त्याला फक्त आजचे अन्न नको होते, तर पुढच्या सात पिढ्या बसून खातील इतकी संपत्ती हवी होती. "माझ्याकडे शेजाऱ्यापेक्षा जास्त

धान्य असायला हवे, माझ्याकडे जास्त जमीन असायला हवी, माझ्या घराभोवती मोठी भिंत असायला हवी," ही भावना माणसाच्या मनात घर करून बसली. माणसाने गरजेच्या पलीकडे जाऊन 'संचय' (Accumulation) करायला सुरुवात केली आणि याच संचयाने माणसाला निसर्गाचा रक्षक बनवण्याऐवजी भक्षक बनवले.

बुद्धीचा वापर करून माणसाने निसर्गाच्या नियमांनाच आव्हान द्यायला सुरुवात केली. प्राण्यांची शिकार जिथे फक्त भुकेसाठी होत होती, तिथे माणूस आता आनंदासाठी, शिकारीच्या छंदासाठी आणि प्राण्यांची कातडी, दात, शिंगे विकून पैसे कमवण्यासाठी शिकार करू लागला. गरजेचा अंत झाला आणि हव्यासाचा उगम झाला.

पिंजऱ्याच्या दोन्ही बाजूलाः दोन जगांतील अंतर्विरोध

हा हव्यास आणि प्राण्यांची संवेदनशीलता यांच्यातील दरी समजून घेण्यासाठी एका रात्रीचे दृश्य डोळ्यांसमोर आणा. एक आलिशान, वातानुकूलित बंगला आहे. त्या बंगल्याच्या मुख्य दरवाजापाशी सोन्याचे पाणी दिलेला एक भलामोठा पिंजरा ठेवला आहे. त्या पिंजऱ्यात एक दुर्मिळ, परदेशी पोपट बंदिस्त आहे. बंगल्याचा मालक, जो शहरातला एक बडा उद्योगपती आहे, तो आपल्या मखमली सोफ्यावर बसून लॅपटॉपवर एका नवीन जमिनीचा सौदा करत आहे.

त्याला आपल्या कारखान्याचा विस्तार करण्यासाठी जंगलाचा एक मोठा तुकडा विकत घ्यायचा आहे. तो फोनवर ओरडून सांगतोय, "मला ती जमीन हवीच आहे. तिथे किती झाडे आहेत याच्याशी मला देणेघेणे नाही, ती सगळी कापून टाका आणि तिथे सिमेंटचा प्लॅन्ट उभा करा. मला पुढच्या क्वार्टरमध्ये डबल प्रॉफिट हवा आहे!"

त्याच वेळी, खिडकीबाहेरच्या अंधारात, पिंजऱ्यात असलेला तो पोपट शांतपणे बाहेरच्या आकाशाकडे पाहत आहे. कारखान्याचा मालक फोनवर पैशांचे आकडे मोजत असताना, पोपटाच्या डोळ्यातून एक पाण्याचा थेंब खाली पडतो. त्याला आठवतेय त्याचे ते जुने झाड, जे या माणसानेच कधीतरी कापून टाकले होते. त्या झाडावर त्याचे घरटे होते, त्याची अंडी होती. पोपटाच्या मनात मालकाविषयी कोणताही राग नाही, तर फक्त एक असीम करुणा आहे. त्याला समजत नाहीये की या माणसाकडे राहण्यासाठी इतका मोठा बंगला आहे, खाण्यासाठी इतके उत्तम अन्न आहे, तरीही याला अजून जमिनी आणि जंगले का हवी आहेत?

रात्रीच्या शांततेत, जेव्हा बंगल्यातील दिवे मालक झोपल्यामुळे मालवले जातात, तेव्हा पिंजऱ्यातील पोपट आणि खिडकीबाहेरच्या झाडावर बसलेला एक पाखरांचा थवा यांच्यात एक मूक संवाद घडतो.

बाहेरचा पक्षी विचारतो, "मित्रा, तू त्या सोन्याच्या पिंजऱ्यात काय करत आहेस? तुला तिथे रोज चांगल्या प्रतीची फळे मिळतात, पाणी मिळते, मग तू इतका उदास का आहेस?"

पिंजऱ्यातील पोपट सुस्कारा सोडत म्हणतो, "हे अन्न आणि ही फळे माझ्या भुकेची नाहीत, तर या माणसाच्या हव्यासाचे प्रदर्शन आहेत. तो मला इथे ठेवून स्वतःच्या श्रीमंतीचा बडेजाव मिरवतो. पण त्याला हे माहित नाही की, त्याने मला पिंजऱ्यात ठेवले असले, तरी तो स्वतः एका अदृश्य, मानसिक पिंजऱ्यात बंदिस्त झाला आहे. त्याला रोज रात्री झोपण्यासाठी गोळ्या घ्याव्या लागतात. त्याच्याकडे सर्वकाही आहे, पण शांतता नाही."

बाहेरचा पक्षी आश्चर्याने विचारतो, "पण तो तर जंगले कापून नवीन इमारती बांधत आहे ना? मग तो शक्तिशाली नाही का?"

पोपट म्हणतो, "नाही, तो सर्वात कमकुवत आहे. जंगलातील वाघ भुकेशिवाय कोणाचा जीव घेत नाही, पण हा माणूस पोट भरलेले असतानाही हजारो जीवांचे संसार उध्वस्त करत आहे. हा विकास नाही, हा त्याचा विनाश आहे."

हा मूक संवाद आज आपल्या समाजाच्या उंबरठ्यावर रोज घडत आहे. माणसाला वाटते की तो निसर्गावर विजय मिळवत आहे, पण प्रत्यक्षात तो स्वतःच्या हाताने स्वतःची कबर खोदत आहे.

हव्यासाचे जागतिक साम्राज्य आणि ओरबाडलेली पृथ्वी

माणसाच्या या हव्यासाने आता संस्थात्मक रूप धारण केले आहे. याला आपण आजच्या भाषेत 'औद्योगिकीकरण', 'शहरीकरण' आणि 'भांडवलशाही' म्हणतो. ही गोंडस नावे प्रत्यक्षात मानवाच्या अमर्याद लोभाला लपवण्यासाठी तयार केली गेली आहेत.

आज मोठमोठ्या कंपन्या नद्यांचे पाणी बाटल्यांमध्ये बंद करून विकत आहेत. ज्या नद्या कधी काळी सर्वांच्या मालकीच्या होत्या, त्या आज काही कॉर्पोरेट घराण्यांची खाजगी मालमत्ता झाल्या आहेत. डोंगरांचे कडे पोखरून तिथून दगड, कोळसा आणि खनिजे काढली जात आहेत. एका बाजूला लाखो टन अन्नधान्य गोदामांमध्ये सडून खराब होते, कारण त्याचे भाव बाजारात कमी होऊ नयेत म्हणून ते गरिबांना दिले जात नाही; आणि दुसऱ्या बाजूला त्याच अन्नासाठी जंगले साफ करून नवीन शेतजमिनी तयार केल्या जात आहेत.

विचार करा, निसर्गाने आपल्याला जेवढे दिले होते, ते या पृथ्वीवरील सर्व सजीवांचे पोट भरण्यासाठी पुरेसे होते. पण ते

माणसाच्या एकाच्या हव्यासासाठी पुरेसे नाही. मगाशी सांगितल्याप्रमाणे, महात्मा गांधींनी म्हटले होते, "*Earth provides enough to satisfy every man's needs, but not every man's greed.*" (पृथ्वी प्रत्येकाची गरज पूर्ण करू शकते, पण प्रत्येकाचा हव्यास नाही). आज आपण नेमके हेच पाहत आहोत.

प्राणी जेव्हा आजारी पडतात, तेव्हा ते जंगलातील विशिष्ट गवत खाऊन स्वतःला बरे करतात. ते कधीही औषधांचा साठा करून ठेवत नाहीत. पण माणसाने आजारांनाही एक धंदा बनवला आहे. निसर्गातील वनस्पती उपटून त्यांच्यावर पेटंट घेतले जात आहे. निसर्गाच्या प्रत्येक देणगीवर स्वतःचा शिक्का मारण्याचा हा माणसाचा अट्टाहास त्याला कुठल्या दिशेने घेऊन चालला आहे?

आत्मपरीक्षणाची वेळ आणि मनाला अस्वस्थ करणारे प्रश्न

इथे आपण स्वतःच्या आत डोकावून पाहण्याची गरज आहे. आपण ज्याला 'प्रगती' म्हणत आहोत, ती खरोखरच प्रगती आहे का? काही प्रश्न आपण स्वतःला विचारलेच पाहिजेत, भलेही त्याचे उत्तर देताना आपल्याला अपराधी वाटले तरीही:

- जर तुमचे पोट भरलेले असेल, तर तुमच्या बँक खात्यात असणारे कोट्यवधी रुपये तुम्हाला नक्की कसली सुरक्षा देत

आहेत? ती सुरक्षा आहे की निसर्गाकडून ओरबाडलेल्या संसाधनांचा ढीग आहे?

- ज्या दिवशी पृथ्वीवरील शेवटचे झाड कापले जाईल आणि शेवटची नदी विषारी होईल, त्या दिवशी तुम्ही तुमचे पैसे आणि सोन्याचे दागिने खाऊन जगू शकाल का?
- जंगलातील वाघाला आपण 'हिंस्त्र' प्राणी म्हणतो, पण पोट भरलेले असतानाही लाखो झाडे आणि प्राण्यांचा बळी देणाऱ्या माणसाला आपण काय म्हणणार? खरोखरच हिंस्त्र कोण आहे—तो वाघ की आपण?

आपण आपल्या मुलांना मोठ्या शाळांमध्ये पाठवतो, त्यांना विज्ञानाचे नियम शिकवतो, पण त्यांना जगण्याचा सर्वात महत्त्वाचा नियम शिकवायला विसरतो—तो म्हणजे 'सहअस्तित्व'. जर या पृथ्वीवर फक्त माणूसच उरला, तर तो निसर्गाच्या या चक्रात कसा टिकू शकेल?

भविष्याचा पोकळ डोलारा आणि विनाशाची पावले

माणसाने भविष्याच्या सुरक्षेचा जो पोकळ डोलारा उभा केला आहे, तो आता कोसळण्याच्या मार्गावर आहे. आपण विमा उतरवतो, घरांची बुकींग करतो, शेअर्स खरेदी करतो. हे सगळं करताना आपण हे

विसरतो की, ज्या निसर्गाच्या पायावर हे सगळं उभं आहे, तो पायाच आपण पोखरून टाकला आहे.

प्राणी जेव्हा आपले आयुष्य जगतात, तेव्हा ते पृथ्वीला अधिक समृद्ध करून जातात. एका पक्षाने खाल्लेल्या फळाच्या बीजातून नवीन झाड उगवते. हत्तीने जंगलातून चालताना तयार केलेल्या वाटेमुळे इतर लहान प्राण्यांना रस्ता मिळतो. प्राण्यांचे मलमूत्र मातीला सुपीक बनवते. म्हणजेच, प्राणी पृथ्वीकडून जितके घेतात, त्यापेक्षा कितीतरी पटीने ते पृथ्वीला परत देतात.

पण माणसाचे काय? माणूस पृथ्वीकडून फक्त घेतो. तो मातीतून खनिजे घेतो, झाडांमधून लाकूड घेतो, नद्यांमधून पाणी घेतो; पण परत देताना तो पृथ्वीला काय देतो? तो देतो प्लास्टिकचा कचरा, विषारी हवा, रासायनिक सांडपाणी आणि सिमेंटचे ढिगारे. आपण या पृथ्वीसाठी एक 'परजीवी' (Parasite) झालो आहोत, जो ज्या शरीरावर जगतोय, त्याच शरीराला हळूहळू मारत आहे.

हव्यासाची ही शर्यत आता एका अशा बिंदूवर आली आहे, जिथून मागे फिरणे कठीण होत चालले आहे. माणसाची ही वृत्ती जर अशीच राहिली, तर भविष्यात सुरक्षिततेच्या नावाखाली आपण जे काही साठवले आहे, ते वाचवायला निसर्गच उरणार नाही.

माणसाने आता जागे होण्याची गरज आहे. गरज आणि हव्यास याच्यातील ती पुसटशी रेषा पुन्हा एकदा ठळकपणे आखण्याची वेळ आली आहे. जर आपण प्राण्यांच्या त्या 'वर्तमानात जगण्याच्या' आणि 'निसर्गावर विश्वास ठेवण्याच्या' वृत्तीकडून काही शिकलो नाही, तर मानवाचा हा हव्यासच त्याच्या विनाशाचे मुख्य कारण ठरेल. निसर्गाचे घड्याळ टिक टिक करत चालले आहे, आणि प्रत्येक सेकंदाला माणसाच्या हव्यासाची किंमत ही पृथ्वी आपल्या विनाशाने मोजत आहे.

संवाद/प्रसंग

जंगलाच्या वेशीवर, जिथे हिरवेगार गवत संपते आणि माणसाच्या डांबरी रस्त्याची काळी रेघ सुरू होते, तिथे एक अथांग शांतता पसरली आहे. पहाटेचे धुकं अजून पूर्णपणे विरळ झालेले नाही. एका म्हाताऱ्या वडाच्या पारंब्या जमिनीला टेकल्या आहेत, जणू काही त्या या भूमीची शतकानुशतके जुनी गुपिते आपल्या मुळांमध्ये साठवून धरत आहेत. याच वडाच्या ढोलीत आणि सावलीत तीन भिन्न जीव शांतपणे एकत्र आले आहेत. एका मोठ्या फांदीवर एक चिमणी आपले पंख सवरणार आहे, खाली मातीच्या एका ढेकळावर एक लहानशी मधमाशी विसावली आहे, आणि झाडाच्या विस्तीर्ण बुंध्याला टेकून जंगलाचा राजा, एक प्रौढ सिंह शांतपणे डोळे मिटून बसला आहे.

निसर्गाच्या या साम्राज्यात यांच्यात कोणताही संघर्ष नाही, कारण प्रत्येकाची तृप्ती त्यांच्या डोळ्यात स्पष्ट दिसते आहे.

पण अचानक, दूरवर एक नवीन आणि अपरिचित आवाज घुमतो. लोखंडावर लोखंड आदळण्याचा आवाज, कुऱ्हाडीचे तीक्ष्ण घाव आणि माणसांच्या ओरडण्याचा गदारोळ. धुक्याच्या पलीकडे, जंगलाचा एक कोपरा साफ करून माणसाने आपली पहिली वसाहत उभी करायला सुरुवात केली आहे. लाकडाचे खांब रोवले जात आहेत आणि त्या खांबांना जोडणारी अणकुचीदार तारांची कुंपणे जमिनीवरून ओढली जात आहेत.

झाडावरची चिमणी आपले छोटे डोके एका बाजूला कलते करते. ती खाली बसलेल्या सिंहाकडे आणि मातीवर असलेल्या मधमाशीकडे अत्यंत गोंधळलेल्या नजरेने पाहते. तिच्या लहानशा मेंदूला आणि संवेदनशील काळजाला हे दृश्य अनाकलनीय वाटते आहे. ती विचारते, "राणा, त्या समोरच्या उघड्या जमिनीवर तो दोन पायांचा प्राणी काय करतो आहे? तो त्या टोकदार तारा कशासाठी रोवत आहे?"

सिंह आपले जड डोळे उघडतो. त्याच्या नजरेत भीती नाही, तर एक गूढ विस्मय आणि करुणा आहे. तो खोल आवाजात म्हणतो, "तो

कुंपण घालत आहे. तो निसर्गाच्या या अथांग तुकड्याला ओरबाडून, त्याच्यावर स्वतःची मालकी सिद्ध करण्याचा प्रयत्न करतो आहे."

मधमाशी आपले पंख थोडे थरथरवते आणि म्हणते, "कुंपण? म्हणजे काय? आम्ही हजारो फुलांवरून मध गोळा करतो, पण आम्ही कधी फुलांभोवती कुंपण घातले नाही. आम्ही कधी एका झाडाला दुसऱ्या झाडापासून वेगळे केले नाही. या प्राण्याला स्वतःभोवती कुंपण घालण्याची अशी काय गरज पडली? त्याला कशाची भीती वाटते आहे?"

या वडाच्या झाडाखालील मूक संवाद हा केवळ तीन प्राण्यांमधील आश्चर्य नाही, तर तो माणसाच्या संपूर्ण संस्कृतीवर आणि त्याच्या बदलत गेलेल्या मानसिकतेवर पडलेला एक अत्यंत विदारक प्रकाश आहे.

आदिम समतेचा संकोच आणि मानवी अहंकाराची पहिली रेघ

निसर्गाची मूळ रचना ही कधीही तुकड्यांमध्ये विभागलेली नव्हती. जेव्हा पहिल्यांदा या पृथ्वीवर जीवसृष्टी निर्माण झाली, तेव्हा ती एका अखंड प्रवाहासारखी होती. पाणी वाहत होते कारण त्याला समुद्राला मिळायचे होते, वारे वाहत होते कारण त्यांना संपूर्ण पृथ्वीला स्पर्श करायचा होता, आणि माती पसरली होती कारण तिला प्रत्येक

सजीवाचे ओझे पेलायचे होते. या आदिम रचनेमध्ये 'माझे' आणि 'तुझे' या शब्दांचा शोधच लागला नव्हता.

पण माणसाच्या रूपाने एका अशा जीवाने जन्माला घेतला, ज्याने बुद्धीचा वापर निसर्गाशी समरस होण्यासाठी करण्याऐवजी, निसर्गावर हुकूमत गाजवण्यासाठी केला. माणसाने जेव्हा जमिनीवर पहिली रेघ ओढली आणि जाहीर केले की "इथून पुढे माझी हद्द सुरू होते," त्याच क्षणी या पृथ्वीवरील सर्वात मोठ्या विनाशाचा पाया रचला गेला.

प्राण्यांच्या जगातही हद्दी असतात. एक वाघ किंवा बिबट्या आपल्या मूत्राचा वास टाकून जंगलात स्वतःचा एक इलाखा तयार करतो. पण त्या इलाख्याचा उद्देश कधीही संपत्तीचा संचय करणे किंवा दुसऱ्याचा हक्क हिरावून घेणे हा नसतो. तो केवळ त्याच्या अस्तित्वाचे, त्याच्या कुटुंबाचे आणि त्याच्या शिकारीचे क्षेत्र असते. जेव्हा त्याचा काळ संपतो, तेव्हा ती जमीन पुन्हा जंगलाची होते. तो वाघ कधीही त्या जमिनीचे कायदेशीर दस्तऐवज बनवत नाही, की तो आपल्या पुढच्या पिढीला ती जमीन वारसाहक्काने लिहून देत नाही.

माणसाने मात्र कुंपणाच्या नावाखाली निसर्गाचे तुकडे केले. कुंपण घालणे ही केवळ एक भौतिक क्रिया नव्हती; ती मानवी मनातील

संकुचिततेची आणि अहंकाराची पहिली दृश्यात्मक पावती होती. माणसाने स्वतःभोवती घातलेले कुंपण हे केवळ प्राण्यांना बाहेर ठेवण्यासाठी नव्हते, तर ते त्याच्या स्वतःच्या बांधवांनाही परके करण्यासाठी होते. या कुंपणामुळे एकाच मातीचे दोन भाग झाले, एकाच नदीचे पाणी दोन देशांचे झाले आणि एकाच डोंगरावरून वाहणारी हवा दोन वेगवेगळ्या राज्यांची मालकी झाली.

निसर्गाने ज्या गोष्टींवर सर्वांचा समान अधिकार दिला होता, त्या सर्व गोष्टी माणसाने कुंपणाच्या आत कोंडून ठेवल्या. एका कीटकापासून ते हत्तीपर्यंतच्या प्रत्येक प्राण्याला जी पृथ्वी मुक्तपणे वापरता येत होती, ती अचानक माणसाच्या कायद्यांच्या कचाट्यात सापडली.

कुंपणाचा विस्तार: नैसर्गिक स्वातंत्र्याची कोंडी

माणसाच्या वसाहती जसजशा वाढत गेल्या, तसतशी ही कुंपणे अधिक मजबूत आणि प्राणघातक होत गेली. सुरुवातीला लाकडाच्या फांद्यांची असलेली कुंपणे पुढे दगडांची झाली, नंतर लोखंडी तारांची झाली आणि आज त्यांनी सिमेंटच्या उंच भिंतींचे आणि विजेचा प्रवाह असणाऱ्या कुंपणांचे रूप घेतले आहे.

या कुंपणांचा सर्वात मोठा फटका कोणाला बसला असेल, तर तो जंगलातील निष्पाप प्राण्यांना. प्राण्यांचे स्थलांतर हा निसर्गाचा एक अत्यंत महत्त्वाचा नियम आहे. ऋतू बदलतात तसे पाण्याचे स्रोत बदलतात, अन्नाची ठिकाणे बदलतात. हजारो वर्षांपासून हत्तींचे कळप, हरणांचे थवे एका निश्चित मार्गाने प्रवास करत आले आहेत. त्यांच्या या मार्गांना 'मायग्रेशन कॉरिडोअर्स' म्हटले जाते. हा मार्ग त्यांच्या पूर्वजांनी त्यांच्या रक्तामध्ये कोरून ठेवलेला असतो.

पण आज काय परिस्थिती आहे? हत्तींचा एक कळप जेव्हा आपल्या पारंपारिक मार्गाने निघतो, तेव्हा अचानक त्याला वाटेत माणसाने घातलेले लोखंडी कुंपण दिसते. त्या कुंपणाच्या पलीकडे माणसाने स्वतःचे शेत उभे केलेले असते किंवा एखादा रिसॉर्ट बांधलेला असतो. हत्तीला समजत नाही की ज्या वाटेवरून त्याचे आजोबा आणि पणजोबा वर्षानुवर्षे जात होते, ती वाट अचानक एका रात्रीत कोणाची 'खाजगी मालमत्ता' कशी झाली? तो हत्ती त्या कुंपणाला तोडण्याचा प्रयत्न करतो, कारण त्याच्यासाठी तो त्याचा जगण्याचा मार्ग आहे. पण माणूस त्याला 'उपद्रवी' ठरवतो, त्याच्यावर बंदुका झाडतो, त्याला विजेचा शॉक देऊन जागीच ठार करतो.

विचार करा, निसर्गाच्या विस्तीर्ण पटावर फिरणाऱ्या प्राण्यांना आज माणसाने त्यांच्याच घरात कैदी करून टाकले आहे. जंगलांचे इतके छोटे छोटे तुकडे झाले आहेत की, प्राण्यांना आता मोकळा शवास घेणेही कठीण झाले आहे. माणसाचे कुंपण हे केवळ जमिनीपुरते मर्यादित राहिलेले नाही; त्याने प्राण्यांच्या स्वातंत्र्याभोवती, त्यांच्या अस्तित्वाभोवती आणि त्यांच्या जगण्याच्या हक्काभोवती फास आवळला आहे.

दोन जगांमधील विरोधाभासः विदारक दृश्य वर्णन

या कुंपणाच्या दोन्ही बाजूला दोन पूर्णपणे भिन्न जगांचे दर्शन घडते. कुंपणाच्या आत माणसाचे जग आहे. तिथल्या सिमेंटच्या इमारतींमध्ये राहणाऱ्या माणसाकडे अत्याधुनिक सुखसोयी आहेत. त्याच्याकडे एसी आहे, फ्रीज आहे, इंटरनेट आहे. पण या सगळ्याच्या मध्यभागी असलेल्या माणसाच्या चेहऱ्याकडे कधी जवळून पाहिले आहे का? त्याच्या डोळ्यात एक अनाकलनीय असुरक्षितता दिसते. त्याने घराला तिहेरी कुलूप लावले आहे, सीसीटीव्ही कॅमेरे बसवले आहेत, आणि तरीही तो रात्री शांतपणे झोपू शकत नाही. त्याच्या मनात सतत भीती असते की कोणीतरी येईल आणि त्याचे हे साम्राज्य ओरबाडून

नेईल. माणसाचे जग हे हव्यासाने, संशयाने आणि भीतीने पोखरलेले जग आहे.

आता या कुंपणाच्या नेमके पलीकडे पाहा. तिथे जंगलाचे जग आहे. तिथल्या प्राण्यांकडे कोणतीही बँक खाती नाहीत, कोणतेही कुलूप नाही, की कोणताही सुरक्षा रक्षक नाही. तिथे एक हरिण उघड्या आकाशाखाली आपल्या पिल्लाला चाटत उभे आहे. तिला माहित आहे की जंगलात बिबट्या आहे, तिला माहित आहे की तिचे जीवन धोक्यात आहे; पण तिच्या डोळ्यात माणसासारखा संशय किंवा कृत्रिम भीती नाही. ती अत्यंत शांतपणे निसर्गाच्या लयीत जगते आहे. वाघ भुकेला असेल तरच तो हल्ला करेल, हा निसर्गाचा प्रामाणिक नियम तिला माहित आहे. प्राण्यांच्या जगात फसवणूक नसते, तिथे संचय करण्याचा लोभ नसतो.

माणसाने स्वतःभोवती जे कुंपण घातले आहे, त्याने त्याला निसर्गापासून तर दूर केलेच, पण स्वतःच्याच प्रजातीपासूनही वेगळे केले. आज शेजारी राहणाऱ्या माणसाला दुसऱ्या शेजाऱ्याचे दुःख माहित नसते, कारण त्यांच्यामध्ये सिमेंटची भिंत उभी असते. प्राण्यांच्या जगात मात्र, एका हरणाने शिकारीला पाहून दिलेली चेतावणीची हाक संपूर्ण जंगलातील इतर सर्व प्राण्यांना सावध करते. तिथे जात, धर्म

किंवा सीमा नसतात; तिथे फक्त एकच भाषा असते—ती म्हणजे 'जगण्याची आणि जगू देण्याची'.

वडाच्या झाडाखालील मूक वेदना

आपण पुन्हा एकदा त्या म्हाताऱ्या वडाच्या झाडापाशी जाऊया, जिथे सिंह, चिमणी आणि मधमाशी अजूनही माणसाच्या त्या वसाहतीकडे पाहत आहेत. आता दुपार झाली आहे. माणसांनी झाडे कापून जमीन सपाट केली आहे आणि तिथे पहिल्या घराचा सांगाडा उभा राहिला अाहे.

चिमणी हळूच उडून सिंहाच्या पाठीवर बसते. ती म्हणते, "राणा, मला खूप भीती वाटते आहे. त्यांनी जे झाड कापले, त्यावर माझ्या मैत्रिणीचे घरटे होते. तिची अंडी त्या जमिनीवर पडून फुटली आहेत. माणूस इतका कठोर कसा असू शकतो? त्याने स्वतःचे घर बांधण्यासाठी दुसऱ्याचे घर का उध्वस्त केले?"

सिंह आपले जड डोके उंचावतो. त्याच्या कंठातून एक खोल घोगरा आवाज निघतो. तो म्हणतो, "कारण माणसाच्या डोळ्यात 'अंधत्व' आले आहे. त्याला वाटते की तो जे काही करतो आहे, तो त्याचा विकास आहे. पण त्याला हे समजत नाहीये की, ज्या कुंपणाने तो आपल्याला बाहेर ठेवतो आहे, त्याच कुंपणाने तो स्वतःला एका मोठ्या

तुरुंगात बंद करत आहे. तो निसर्गाचा भाग होता, पण आता तो निसर्गाचा शत्रू झाला आहे."

मधमाशी एका फुलावरून उडून सिंहाच्या कानापाशी येते. ती म्हणते, "पण राणा, जर त्याने ही सगळी झाडे कापून टाकली, तर आम्हांला मध कुठून मिळणार? आणि जर आम्ही फुलांचे परागीभवन केले नाही, तर नवीन झाडे कशी उगवणार? नवीन फळे कशी येणार? माणूस हे अन्न कुठून खाणार?"

सिंहाच्या डोळ्यातून एक थंड श्वास बाहेर पडतो. तो म्हणतो, "माणसाला वाटते की तो पैशाने काहीही विकत घेऊ शकतो. त्याला निसर्गाच्या या चक्राची किंमत उरलेली नाही. तो स्वतःच्या हाताने स्वतःचा गळा घोटत आहे."

हा काल्पनिक संवाद वाटू शकतो, पण आज जर आपण जंगलातील प्राण्यांच्या नजरेतून जगाकडे पाहिले, तर आपल्याला समजेल की आपण त्यांच्यासाठी किती मोठे राक्षस झालो आहोत. आपण आपल्या हव्यासापोटी एका संपूर्ण जिवंत व्यवस्थेचा बळी दिला आहे.

आत्मपरीक्षणाचा आरसा आणि अनुत्तरित प्रश्न

इथेच थांबून आपण स्वतःला काही अतिशय धारदार प्रश्न विचारले पाहिजेत. आपण ज्याला 'प्रगती' किंवा 'नागरीकरण' म्हणतो, ते खरोखरच आपल्याला सुखी करत आहे का?

- ज्या दिवशी माणसाने जमिनीवर पहिली सीमा आखली, त्या दिवशी त्याने फक्त जमीन वाटली की स्वतःची संवेदनशीलताही वाटून टाकली?
- आपण आपल्या घराभोवती उंच भिंती बांधून आणि दाराला कुलूप लावून खरोखरच सुरक्षित झालो आहोत का? की आपण स्वतःच्याच हव्यासाच्या पिंजऱ्यात कायमचे कैदी झालो आहोत?
- जंगलातील प्राण्यांना 'वन्य' आणि 'रानटी' म्हणण्याचा अधिकार आपल्याला कोणी दिला? पोट भरलेले असतानाही दुसऱ्या जीवांचे अस्तित्व उध्वस्त करणारा माणूस रानटी की निसर्गाच्या नियमांचे पालन करणारा प्राणी रानटी?

आपण विज्ञानाच्या जोरावर मंगळावर जाण्याच्या गोष्टी करतो, चंद्रावर जमिनी खरेदी करण्याच्या बाता मारतो; पण ज्या पृथ्वीने आपल्याला जन्म दिला, जिच्या मातीने आपल्याला अन्न दिले, तिच्या

शरीरावर कुंपणांचे घाव घालताना आपल्याला लाज का वाटत नाही? आपण विसरलो आहोत की, निसर्गाच्या न्यायालयात कोणताही वकील चालत नाही आणि तिथे माणसाच्या पैशांची काहीही किंमत नसते.

कुंपणाचे मरण आणि अंतिम सत्याची जाणीव

माणसाने घातलेली ही कुंपणे कितीही मजबूत असली, तरी निसर्गाच्या एका झटक्यासमोर ती पत्त्याच्या बंगल्यासारखी कोसळतात, हे आपण अनेकदा पाहिले आहे. जेव्हा एखादा मोठा भूकंप होतो, जेव्हा नद्यांना महापूर येतो, किंवा जेव्हा एखादे चक्रीवादळ धडकते, तेव्हा निसर्ग माणसाने आखलेल्या सर्व सीमा एका सेकंदात पुसून टाकतो. निसर्गाचा पूर कधीही विचारत नाही की ही जमीन कोणाच्या नावावर आहे. तो श्रीमंताचा बंगला आणि गरिबाची झोपडी दोन्ही एकत्र वाहून नेतो.

पण माणसाचा अहंकार इतका मोठा आहे की, एका आपत्तीतून सावरल्या सावरल्या तो पुन्हा त्याच जागी नवीन कुंपण घालायला सुरुवात करतो. तो निसर्गाच्या इशाऱ्यांकडे सोयीस्करपणे दुर्लक्ष करतो.

प्राण्यांचे निस्वार्थ सहजीवन आपल्याला एकच गोष्ट शिकवते— ही पृथ्वी कोणाचीही खाजगी मालमत्ता नाही. आपण इथे काही

काळासाठी आलेले प्रवासी आहोत. जर आपण या प्रवासाचा आनंद घ्यायचा असेल, तर आपल्याला कुंपणे तोडून निसर्गाच्या प्रवाहात सामील व्हावे लागेल.

त्या म्हाताऱ्या वडाच्या झाडाखालून जेव्हा तो सिंह उठतो आणि जंगलाच्या घनदाट अंधाराकडे निघून जातो, तेव्हा मागे उरते फक्त माणसाच्या यंत्रांचा कर्कश आवाज. पण एक दिवस असा येईल, जेव्हा माणसाचा हा हव्यास संपलेला असेल, त्याची ही कुंपणे गंजून मातीत मिसळलेली असतील, आणि निसर्ग पुन्हा एकदा आपली जुनी, सीमाहीन आणि अखंड रचना प्राप्त करेल. प्रश्न फक्त एवढाच उरतो— जेव्हा ती नवीन पहाट होईल, तेव्हा त्या मुक्त आकाशाखाली माणसाचे अस्तित्व उरलेले असेल का? की माणूस केवळ स्वतःच्या हव्यासाच्या कुंपणात गुदमरून मरण पावलेला असेल?

प्रकरण २: मानवाचा 'पोटापलीकडचा' हव्यास आणि विनाश

काळ्याकुट्ट रात्रीच्या गर्भात, एका जुन्या आणि अथांग पसरलेल्या जंगलाच्या छातीवर लोखंडाचे अजस्त्र दात रोवून काही महाकाय यंत्रे उभी आहेत. डोंगराचे कडे पोखरताना होणाऱ्या सुरुंगांच्या स्फोटांनी अवघ्या परिसराचा थरकाप उडतो आहे. जमिनीच्या पोटातून कोळसा, बॉक्साईट आणि सोने उपसण्यासाठी माणसाने निसर्गाचे हिरवे कवच पार ओरबाडून काढले आहे. यंत्रांच्या या अमानुष गदारोळात, बाजूच्या एका छोट्या टेकडीवर एक कोल्हा आपल्या दोन लहान पिलांना पंखांखाली घेऊन थरथरत उभा आहे. त्याचे घर कालच एका बुलडोझरने भुईसपाट केले. तो कोल्हा माणसांच्या त्या गजबजलेल्या खाणीकडे पाहतो आहे, जिथे रात्रीच्या प्रकाशातही शेकडो ट्रक भरभरून माती आणि दगड बाहेर काढले जात आहेत.

त्या प्राण्याला हे समजत नाहीये की या माणसांचे पोट नक्की किती मोठे आहे? ते रोज एवढी माती आणि दगड कुठे घेऊन जातात? कारण जंगलातल्या प्राण्याने पाहिले आहे की, भुकेसाठी शिकार

करणारा वाघ एका हरणाला मारतो, त्याचे पोट भरते आणि तो शांत बसतो. पण हा दोन पायांचा प्राणी गेली कित्येक वर्षे, रात्रंदिवस या भूमीला रक्ताळत आहे, तरीही त्याची भूक का शमत नाही?

हा केवळ एका जंगलाचा उध्वस्त होत असलेला कोपरा नाही, तर हे आधुनिक मानवाच्या 'पोटापलीकडच्या' हव्यासाचे सर्वात विदारक आणि जिवंत चित्र आहे. माणसाने स्वतःच्या गरजेची व्याख्या कधीच बदलून टाकली आहे आणि त्याचे रूपांतर एका अशा विकृतीत केले आहे, ज्याचा शेवट फक्त आणि फक्त विनाशातच होऊ शकतो.

संचयवृत्तीची जन्मजात विकृती आणि पिढ्यानपिढ्यांची स्पर्धा

माणूस हा या पृथ्वीवरील एकमेव असा जीव आहे, जो स्वतःच्या मृत्यूनंतरच्याही चार पिढ्यांची सोय करून ठेवण्यासाठी आजच्या जिवंत जगाचा गळा घोटायला तयार असतो. प्राण्यांच्या जगात 'भविष्य' नावाचा कोणताही मानसिक आजार अस्तित्वात नाही. निसर्गाने त्यांना जे दिले आहे, ते आजच्या दिवसापुरते पुरेसे आहे या एकाच विश्वासावर त्यांचे संपूर्ण आयुष्य चालते.

पण माणसाने जेव्हापासून संस्कृती आणि अर्थव्यवस्थेचा शोध लावला, तेव्हापासून त्याने 'साठवणूक' करायला सुरुवात केली. सुरुवातीला ही साठवणूक धान्याची होती, जी केवळ दुष्काळापासून

वाचण्यासाठी केलेली एक रास्त सोय होती. पण हळूहळू या सोयीचे रूपांतर एका जीवघेण्या स्पर्धेत झाले. आज माणसाला फक्त पोट भरण्यासाठी अन्न नको आहे, तर त्याला बँकांच्या लॉकरमध्ये सोन्याच्या विटा साठवायच्या आहेत, कागदाच्या नोटांचे डोंगर उभे करायचे आहेत आणि सात पिढ्या बसून खातील एवढी मालमत्ता स्वतःच्या नावावर करायची आहे.

या संचयवृत्तीतूनच जन्म झाला 'भांडवलशाहीचा' (Capitalism). माणसाने निसर्गाला एक जिवंत माता मानण्याऐवजी, तिला केवळ एक 'उत्पादनाचे साधन' (Resource) बनवून टाकले. जंगलातील झाड हे माणसाला ऑक्सिजन देणारे किंवा पक्षांना घरटे देणारे जिवंत अस्तित्व वाटत नाही, तर ते त्याच्या फर्निचरच्या कारखान्यासाठी लाकूड देणारे आणि बाजारात पैशांचे आकडे वाढवणारे एक मृत लाकूड वाटते. डोंगराचे सौंदर्य आणि तिथली जैवविविधता माणसाला आकर्षित करत नाही, तर त्या डोंगराच्या पोटात असलेले खनिजांचे साठे त्याच्या डोळ्यात पैशांची चमक निर्माण करतात.

बँकांचे डिजिटल आकडे आणि लॉकरमधील बंदिस्त हिरे-मोती वाढवण्याच्या या नादात माणसाने विसरून गेले आहे की, हे आकडे

वाढवण्यासाठी तो ज्या निसर्गाचा बळी देत आहे, ती निसर्ग व्यवस्था मर्यादित आहे. माणसाची ही स्पर्धा आता स्वतःच्या बांधवांशी तर आहेच, पण ती निसर्गाशीही सुरू झाली आहे. "कोणाकडे जास्त जमिनी आहेत, कोणाची इमारत किती उंच आहे, आणि कोणाच्या नावे निसर्गाचे किती मोठे तुकडे झाले आहेत?" या एकाच अहंकाराने माणसाला पछाडले आहे.

संसाधनाचा अतिवापर आणि भूमीचे ओरबाडणे

जेव्हा गरजेची जागा हव्यास घेतो, तेव्हा 'अतिवापर' (Overexploitation) सुरू होतो. निसर्गाचा एक साधा नियम आहे—ती स्वतःला पुन्हा जिवंत करण्यासाठी वेळ घेते. झाडावरून पडलेले पान मातीत कुजते आणि त्यातून नवीन अंकुर फुटतो. नदी पावसाळ्यात भरून वाहते आणि उन्हाळ्यात तिचा प्रवाह संथ होतो जेणेकरून मातीला पाण्याचा अंश धरून ठेवता येईल. पण माणसाने निसर्गाला ही सवतःला सावरण्याची वेळच दिलेली नाही.

खाणकामाचे (Mining) उदाहरण घ्या. माणसाला स्वतःच्या सुखसोयींसाठी, वाहनांसाठी आणि गगनचुंबी इमारतींसाठी लोखंड, तांबे, कोळसा आणि अल्युमिनियम हवे आहे. यासाठी त्याने पृथ्वीच्या पाठीवरील सर्वात जुनी आणि घनदाट जंगले निवडली. जमिनीच्या

हजारो फूट खाली असलेले खनिजांचे साठे काढण्यासाठी वरचे हजारो वर्षांचे जंगल एका झटक्यात साफ केले जाते. तिथल्या नद्यांचे प्रवाह बदलले जातात, तिथली माती विषारी केली जाते आणि डोंगरांचे अस्तित्वच नकाशावरून मिटवून टाकले जाते.

हा केवळ संसाधनाचा वापर नाही, हे भूमीचे अमानुष ओरबाडणे आहे. रिअल इस्टेटच्या धंद्यासाठी आज शहरांच्या अवतीभवती असलेले तलाव बुजवले जात आहेत, टेकड्या सपाट केल्या जात आहेत. ज्या जमिनीने लाखो वर्षे वन्यजीवांना आश्रय दिला, ती जमीन आज गुंठ्यांमध्ये आणि चौरस फुटांमध्ये मोजून सिमेंटच्या जंगलात बदलली जात आहे. आपण विसरलो आहोत की, ज्या खाणींमधून आपण पैशांचे सोने काढत आहोत, त्या खाणी प्रत्यक्षात या पृथ्वीच्या शरीरावर पडलेली न भरणारी मोठी नखे आहेत.

प्राणी कधीही कोणत्याही संसाधनाचा अतिवापर करत नाहीत. जंगलातील वाळवी सुद्धा झाडाला तेवढ्याच प्रमाणात खाते, जेवढ्यामुळे तिचे जगणे शक्य आहे, ती संपूर्ण जंगल एकाच वेळी उध्वस्त करत नाही. पण माणसाने स्वतःच्या एका पिढीच्या चैनीसाठी पृथ्वीचे अब्जावधी वर्षांचे संचित अवघ्या काही दशकांमध्ये संपवायला सुरुवात केली आहे.

लॉकरच्या अंधारातील सोने विरुद्ध उघड्या आकाशाखालील मृतदेह

माणसाच्या या पोटापलीकडच्या हव्यासाची दाहकता एका दृश्यातून स्पष्ट होते. एका मोठ्या शहराच्या मध्यभागी असलेल्या बँकेच्या सुरक्षित, वातानुकूलित लॉकर रूममध्ये एक श्रीमंत माणूस उभा आहे. तो अत्यंत अभिमानाने आपल्या लॉकरमधून सोन्याचे दागिने आणि जमिनीचे खरेदीखत काढतो आहे. त्याच्या चेहऱ्यावर एक क्रूर समाधान आहे की त्याने आपल्या मुलाबाळांसाठी आणि नातवंडांसाठी कोट्यवधी रुपयांची सोय करून ठेवली आहे. त्याने ज्या जमिनीचे दस्तऐवज हातात धरले आहेत, ती जमीन काही महिन्यांपूर्वी एका घनदाट जंगलाचा भाग होती, जिथे खाणकाम करण्यासाठी तिथली हजारो झाडे रात्रीतून कापली गेली होती.

आता या दृश्यावरून नजर सरळ पाचशे किलोमीटर दूर असलेल्या त्या उध्वस्त खाणीच्या जागेवर न्या. उन्हाळ्याचे दिवस आहेत, आणि सूर्य आग ओकतो आहे. जिथे कधी काळी थंड सावली देणारी झाडे होती, तिथे आता फक्त पांढरीफटक पडलेली माती आणि दगडांचे ढिगारे आहेत. त्या उघड्या, तप्त जमिनीवर एका हरणाचे पाडस पाण्यासाठी तडफडून मरून पडले आहे. खाणकामामुळे तिथले

पाण्याचे नैसर्गिक झरे पार सुकून गेले आहेत. त्या पाडसाच्या मृतदेहावर माश्या घोंगावत आहेत, आणि त्याची आई काही अंतरावर एका सुकलेल्या झाडाच्या बुंध्यापाशी उभी राहून मूक अश्रू ढाळत आहे.

या दोन दृश्यांच्या मधोमध माणसाच्या हव्यासाचा विदारक अंतर्विरोध उभा आहे. एका बाजूला माणसाच्या लॉकरमध्ये साठवलेले सोने चमकते आहे, तर दुसऱ्या बाजूला त्या सोन्याच्या हव्यासापोटी एका निष्पाप जीवाचा उघड्या आकाशाखाली तडफडून अंत झाला आहे.

त्या रात्री, त्या उध्वस्त झालेल्या जंगलाच्या वेशीवर, एका सुकलेल्या ओढ्याच्या काठावर एक वृद्ध बिबट्या आणि त्या मृत पाडसाची आई (हरिणी) एकमेकांच्या शेजारी शांत बसले आहेत. जंगलाचा हिंस्त्र शिकारी आज शिकारीच्या मूडमध्ये नाही, कारण त्याच्या स्वतःच्या डोळ्यातही एक असीम वेदना आहे.

हरिणी त्या सुकलेल्या ओढ्याकडे पाहत बिबट्याला विचारते, "राणा, या भूमीचे पाणी कुठे गेले? माझे पाडस पाण्याचा एक थेंब न मिळाल्यामुळे माझ्या डोळ्यांसमोर संपले. माणूस या मातीतून काय शोधत आहे?"

बिबट्या आपले डोके खाली झुकवतो आणि एका खोल सुस्कारा सोडत म्हणतो, "तो या मातीच्या पोटातून पिवळा धातू आणि काळा दगड काढत आहे. त्याला त्याचे घर सोन्याने मढवायचे आहे. त्याला त्याच्या बँका भरायच्या आहेत."

हरिणी अत्यंत केविलवाण्या स्वरात विचारते, "पण तो पिवळा धातू खाऊन त्याची भूक भागेल का? तो काळा दगड पिऊन त्याची तहान शमेल का? आमच्या मुलांचे प्राण घेऊन, आमची घरे उध्वस्त करून तो ज्या गोष्टी साठवत आहे, त्या गोष्टी त्याला अमर करणार आहेत का?"

बिबट्याकडे या प्रश्नाचे कोणतेही उत्तर नसते. कारण माणसाच्या या 'पोटापलीकडच्या' हव्यासाचे लॉजिक जंगलातल्या कोणत्याही प्राण्याला कधीच समजू शकत नाही. प्राण्यांच्या जगात जगणे सोपे आहे, कारण तिथे फक्त पोटाची भूक असते; माणसाच्या जगात जगणे एक क्रूर धंदा झाला आहे, कारण तिथे मनाचा हव्यास असतो.

विचारप्रवर्तक प्रश्नः आपण नक्की काय साठवत आहोत?

इथे आपण स्वतःला आरशाच्या समोर उभे करून काही अत्यंत अस्वस्थ करणारे प्रश्न विचारण्याची वेळ आली आहे. आपण ज्याला

'आर्थिक सुरक्षा' किंवा 'भावी पिढीचे कल्याण' म्हणतो, ते नक्की काय आहे?

- तुमच्या बँकेच्या खात्यात जमा असणारे कोट्यवधी रुपये किंवा लॉकरमधले सोने, जेव्हा या पृथ्वीवरील हवा श्वास घेण्यायोग्य उरणार नाही, तेव्हा तुमच्या मुलांना एक सेकंदाचा तरी शुद्ध ऑक्सिजन विकत देऊ शकतील का?
- ज्या खाणींमधून आपण आपल्या विकासासाठी कोळसा आणि लोखंड उपसत आहोत, त्या खाणींच्या बदल्यात आपण आपल्या मुलांकडून त्यांचे हक्काचे निसर्गदत्त जगणे आणि हिरवेगार जग हिरावून घेत आहोत, याची जाणीव आपल्याला कधी होणार?
- आपण आपल्या पुढच्या पिढीसाठी बँक बॅलन्स सोडून जात आहोत की एक उजाड, विषारी आणि मृत पांढरी पृथ्वी सोडून जात आहोत?

माणसाचा हा हव्यास एका अशा कर्करोगासारखा (Cancer) झाला आहे, जो ज्या शरीरात वाढतोय, त्याच शरीराला हळूवारपणे मृत्यूच्या खाईत लोटत आहे. आपण विसरलो आहोत की, निसर्गाच्या या महाभोजनात आपण केवळ एक पाहुणे आहोत, मालक नाही.

हव्यासाचा भस्मासूर आणि निसर्गाची अंतिम चेतावणी

माणसाच्या या 'पोटापलीकडच्या' हव्यासाने आता संपूर्ण पृथ्वीला एका विनाशाच्या उंबरठ्यावर आणून ठेवले आहे. डोंगर पोखरले गेल्यामुळे ऋतूंचे चक्र पार बिघडून गेले आहे. ज्या भागात कधीकाळी कधीच पाऊस पडत नव्हता, तिथे आता ढगफुटी होऊन गावेच्या गावे वाहून जात आहेत; आणि जिथे बारमाही नद्या वाहत होत्या, तिथे आज जमिनीला मोठ्या भेगा पडल्या आहेत.

हा निसर्गाने दिलेला साधा इशारा नाही, तर हा निसर्गाचा संताप आहे. माणूस जेव्हा खाणकाम करतो, जंगले कापतो, तेव्हा त्याला वाटते की तो निसर्गावर विजय मिळवतो आहे. पण निसर्गाचा नियम अतिशय संथ आणि तितकाच अचूक असतो. ती एकाच वेळी हिशोब चुकता करते. आज जागतिक स्तरावर जे हवामान बदल (Climate Change) आपण अनुभवत आहोत, ते माणसाच्या याच संचयवृत्तीचे थेट फलित आहे.

निसर्गाने मानवाला त्याच्या गरजेपुरते सर्व काही भरभरून दिले होते, पण मानवाच्या हव्यासाची भूक शमवणे निसर्गालाही अशक्य झाले आहे. आपण जितके जास्त ओरबाडू, तितक्याच वेगाने आपण स्वतःच्या विनाशाकडे सरकू. माणसाने साठवलेली ही संपत्ती, या बँका, हे लॉकर

आणि रिअल इस्टेटचे मोठमोठे टॉवर्स एका मोठ्या नैसर्गिक आपत्तीसमोर अवघ्या काही सेकंदांत पत्त्याच्या बंगल्यासारखे कोसळतील.

वेळ अजूनही पूर्णपणे संपलेली नाही, पण ती वेगाने हातातून निसटत चालली आहे. जर आपण प्राण्यांच्या त्या 'गरजेपुरते जगण्याच्या' आणि वर्तमानाचा आदर करण्याच्या आदिम नियमाकडे परत वळलो नाही, तर मानवाचा हा पोटापलीकडचा हव्यासच या संपूर्ण मानवी संस्कृतीचा अंत करेल. आणि जेव्हा निसर्ग स्वतःला पुन्हा हिरवेगार करेल, तेव्हा या पृथ्वीच्या इतिहासात माणूस हा केवळ एक 'हव्यासी आणि स्वतःचाच विनाश करून घेणारा' प्राणी म्हणून नोंदवला गेलेला असेल.

शहरीकरण आणि जंगलांची कत्तल

भरदुपारची वेळ आहे. डांबराचा काळाशार, गुळगुळीत हायवे उन्हात तापून वाफा सोडतो आहे. या आठपदरी 'स्मार्ट' हायवेच्या दोन्ही बाजूंना काही दिवसांपूर्वीपर्यंत हजारो वर्षांचे जुने वटवृक्ष, कडुनिंब आणि चिंचेची झाडे दिमाखात उभी होती, ज्यांच्या सावलीत थकलेले प्रवासी घटकाभर विसावत असत. पण आज तिथे फक्त महाकाय सिमेंटचे खांब, उघडे पडलेले डोंगराचे कडे आणि उडालेली धूळ दिसते

आहे. या हायवेच्या मधोमध, जिथे पांढरे पट्टे आखलेले आहेत, तिथे एक माकड आपल्या छातीशी एका लहानशा मृतावस्थेतील पिल्लाला कवटाळून बसले आहे. वेगाने जाणाऱ्या गाड्यांचे हॉर्न आणि त्यांचा वेग त्या माकडिणीला तिथून हलवू शकत नाहीये. तिचे घर, तिचे ते जुने झाड कालच एका अजस्त्र हायड्रोलिक मशीनने उपटून फेकून दिले. तिला समजत नाहीये की या काळ्या, कडक जमिनीवर आता तिने आपल्या पिल्लाला कुठे घेऊन जावे?

तिच्या डोळ्यात भीती नाही, तर एक सुन्न करणारी अगतिकता आहे. वेगाने जाणाऱ्या गाड्यांमधील सुटाबुटातील माणसांना त्या हायवेच्या बाजूला उभारल्या जाणाऱ्या 'स्मार्ट सिटी'च्या जाहिरातींचे फलक खुणावत आहेत, पण रस्त्याच्या मध्यभागी बसलेल्या त्या आईची मूक किंकाळी ऐकायला कोणाकडेच वेळ नाही.

हा केवळ एका माकडाचा बेघर झालेला संसार नाही, तर हे आधुनिक मानवाच्या 'सिमेंटच्या साम्राज्या'चे सर्वात विदारक आणि जिवंत चित्र आहे. आपण निसर्गाची हिरवी शाल ओढून घेतली आणि तिच्यावर कंक्रीटचे असे काही जंगल उभे केले की, ज्यामध्ये आता केवळ प्राण्यांचाच नाही, तर माणसाचाही श्वास गुदमरू लागला आहे.

नागरीकरणाचा सुळसुळाट आणि हिरव्या कवचाची निर्घृण कत्तल

'विकास' आणि 'नागरीकरण' (Urbanization) या दोन शब्दांनी आधुनिक मानवाला इतके अंध केले आहे की, त्याला स्वतःच्या विनाशाचा मार्ग हाच प्रगतीचा महामार्ग वाटू लागला आहे. माणसाला आता राहण्यासाठी साधी घरे नको आहेत, तर त्याला उंचावरून ढगांना स्पर्श करणारे 'स्मार्ट टॉवर्स' हवे आहेत. त्याला प्रवासासाठी साधे रस्ते नको आहेत, तर जंगलांचे छाती फाडून जाणारे 'एक्सप्रेस-वे' हवेत.

या तथाकथित विकासाच्या नावाखाली गेल्या काही दशकांत पृथ्वीवरील लाखो हेक्टर जंगले एका रात्रीत साफ केली गेली. झाड जेव्हा कापले जाते, तेव्हा केवळ लाकडाचा एक तुकडा जमिनीवर पडत नाही, तर त्या झाडासोबत एका संपूर्ण जिवंत परिसंस्थेचा (Ecosystem) अंत होतो. त्या झाडाच्या मुळांमध्ये राहणारे कीटक, त्याच्या फांद्यांवर घरटे बांधणारे पक्षी, त्याच्या सावलीत विसावणारे प्राणी आणि त्या झाडामुळे जिवंत राहणारी माती—हे सगळे एकाच वेळी उध्वस्त होते.

माणसाने शहरांचा विस्तार करताना निसर्गाच्या सीमांचा कधीच विचार केला नाही. नद्यांची पात्रात सिमेंट ओतून ती अरुंद केली गेली,

तलाव बुजवून त्यावर गृहनिर्माण सोसायट्या उभारल्या गेल्या आणि डोंगरांचे लचके तोडून तिथून रस्ते काढले गेले. निसर्गाचे जे हिरवे कवच या पृथ्वीचे तापमान नियंत्रित ठेवत होते, ते आपण स्वतःच्या हाताने खरवडून काढले आहे. आता शहरांमध्ये केवळ कॉँक्रीटचे ढीग आहेत, जे उन्हाळ्यात उष्णता शोषून घेतात आणि शहरांना एका भट्टीसारखे बनवून टाकतात.

या नागरीकरणाच्या सुळसुळाटात माणसाने एक गोष्ट सोयीस्करपणे विसरून दिली—निसर्गात काहीही निरुपयोगी नसते. जे जंगल माणसाला 'अविकसित' वाटते, ते जंगल प्रत्यक्षात या पृथ्वीचे फुफ्फुस असते. पण माणसाने या फुफ्फुसांवरच सिमेंटचे थर चढवले आहेत.

हक्काच्या घरांची चोरी आणि वन्यजीवांचे सक्तीचे स्थलांतर

जेव्हा माणसाने जंगले तोडून तिथे सिमेंटची जंगले उभी केली, तेव्हा त्याने जंगलातील प्राण्यांचे 'गृहहीन' (Habitat Loss) होणे अत्यंत सहजतेने मान्य केले. प्राण्यांचे घर म्हणजे काय? माणसासाठी घर म्हणजे चार भिंती आणि एक छप्पर; पण प्राण्यांसाठी घर म्हणजे ते संपूर्ण जंगल, तिथले पाण्याचे झरे, तिथल्या गुहा आणि त्यांचा पारंपारिक फिरण्याचा मार्ग.

माणसाने जेव्हा जंगलाच्या मधोमध हायवे काढला, तेव्हा त्याने एका अखंड जंगलाचे दोन तुकडे केले. प्राण्यांना नकाशा समजत नाही, त्यांना माणसाचे कायदे माहित नाहीत. त्यांच्यासाठी ते जंगल एकच असते. हत्तींचा एक कळप जेव्हा पाण्याचा शोध घेण्यासाठी जंगलाच्या एका भागातून दुसऱ्या भागात जायला निघतो, तेव्हा अचानक त्याच्या समोर एक आठपदरी महामार्ग उभा राहतो, ज्यावर विजेच्या वेगाने गाड्या धावत असतात. हत्ती तिथेच थांबतो, गोंधळतो आणि शेवटी तो महामार्ग ओलांडण्याचा प्रयत्न करताना एखाद्या वाहनाची धडक बसून किंवा विजेच्या तारांना स्पर्श होऊन आपला जीव गमावतो.

प्राण्यांच्या हक्काच्या घरांची ही चोरी माणसाने अतिशय पद्धतशीरपणे केली आहे. आपण त्यांच्या राहण्याच्या जागा इतक्या संकुचित केल्या आहेत की, आता त्यांना स्वतःच्या अस्तित्वासाठी धडपडावे लागत आहे. एका मोठ्या वाघाला किंवा बिबट्याला जगण्यासाठी आणि शिकार करण्यासाठी एका विशिष्ट क्षेत्राची गरज असते. पण जेव्हा ते क्षेत्रच माणसाच्या सिमेंटच्या कुंपणाने मर्यादित केले जाते, तेव्हा त्या प्राण्याकडे दुसरा कोणताही पर्याय उरत नाही. तो अन्नाच्या आणि पाण्याच्या शोधात जंगलाबाहेर पडतो.

ज्याला आपण 'मानव-प्राणी संघर्ष' म्हणतो, तो प्रत्यक्षात संघर्ष नाहीच; ती माणसाने प्राण्यांच्या घरावर मारलेली दरोडेखोरी आहे, ज्याची किंमत आता ते निष्पाप प्राणी मोजत आहेत.

मानवी वस्तीतील बिबट्याः घुसखोरी की हक्काची मागणी?

आजकाल आपण वृत्तपत्रांमध्ये किंवा टीव्हीवर रोज एक बातमी पाहतो—"अमुक एका शहरात बिबट्या घुसला", "तमुक एका गावावर हत्तींच्या कळपाचा हल्ला", "मानवी वस्तीत वन्यजीवांची घुसखोरी". या बातम्या वाचताना शहरातील माणूस घाबरतो, प्राण्यांना 'हिंस्त्र' ठरवतो आणि वनविभागाला त्यांना गोळ्या घालण्याची किंवा पिंजऱ्यात कोंडण्याची मागणी करतो.

पण या दृश्याला जरा उलटे करून पाहूया. एका महानगराच्या टोकाला असलेल्या एका चकचकीत अपार्टमेंटच्या पार्किंगमध्ये रात्रीच्या वेळी एक बिबट्या अत्यंत शांतपणे चालताना सीसीटीव्ही कॅमेऱ्यात कैद होतो. त्या अपार्टमेंटमधील लोक घाबरून ओरडतात. पण वास्तविकता काय आहे? त्या अपार्टमेंटची जी इमारत आज तिथे उभी आहे, तिथे अवघ्या पाच वर्षांपूर्वी एक घनदाट झाडी होती, जिथे त्या बिबट्याच्या अनेक पिढ्या लहानाच्या मोठ्या झाल्या होत्या. माणसाने तिथली झाडे

कापली, तिथले ससे आणि भेकरं गायब झाली आणि तिथे सिमेंटचा टॉवर उभा केला.

आता बिबट्याने कुठे जावे? तो त्याच्याच जुन्या घरात फिरतो आहे, पण माणसाने त्याला 'घुसखोर' ठरवले आहे. हत्तींचेही तसेच आहे. हत्ती जेव्हा शेतात घुसून पिकांचे नुकसान करतात, तेव्हा माणूस फटाके फोडून, आग लावून त्यांना पळवून लावतो. पण त्या हत्तींना हे समजत नाहीये की, ज्या मार्गावर आज ऊस आणि केळीची शेती उभी आहे, तो मार्ग त्यांच्या पूर्वजांचा शेकडो वर्षांचा 'कॉरिडोअर' होता. माणसाने त्यांचा रस्ता अडवला, त्यांच्या नद्यांचे पाणी पळवले, आणि आता जेव्हा ते भुकेपोटी शेतात येतात, तेव्हा माणूस त्यांना गुन्हेगार ठरवतो.

ही घुसखोरी प्राण्यांनी केलेली नाही, ती माणसाने केली आहे. स्मार्ट सिटीच्या आणि हायवेच्या नादात आपण वन्यजीवांना एका अशा कोपऱ्यात ढकलून दिले आहे, जिथून त्यांना जगण्यासाठी मानवी वस्तीत येण्याशिवाय दुसरा कोणताही मार्ग उरलेला नाही.

कॉंक्रीटच्या भिंतींआडची मूक संवादाची वेदना

एका मोठ्या हायवेच्या कडेला असलेल्या एका आधुनिक, काचेच्या इमारतीच्या गच्चीवर रात्रीच्या वेळी एक तरुण उभा आहे. तो

शहराच्या रात्रीच्या प्रकाशमय दृश्याचे (City Skyline) कौतुक करतो आहे. दूरवर पसरलेले रस्त्यांचे जाळे आणि गाड्यांच्या दिव्यांच्या लाल-पिवळ्या रेघा पाहून त्याला स्वतःच्या मानवी संस्कृतीचा अभिमान वाटत आहे.

त्याच वेळी, त्या इमारतीच्या खाली असलेल्या एका अंधाऱ्या कोपऱ्यात, एका सुकलेल्या झाडाच्या बुंध्यापाशी एक म्हातारा बिबट्या बसला आहे. त्याचे शरीर थकले आहे, आणि त्याच्या अंगावर हायवे ओलांडताना झालेल्या एका अपघाताची जखम अजूनही ताजी आहे. तो बिबट्या वर गच्चीवर उभ्या असलेल्या माणसाकडे पाहतो आहे. त्यांच्यात एक मूक, नजरेचा संवाद घडतो.

माणूस खाली पाहतो आणि बिबट्याला पाहून दचकतो. त्याच्या मनात पहिली भीती येते—'हा मला मारेल का?'

पण बिबट्याच्या नजरेत हिंसा नाही, तर एक अथांग, खोल शांतता आणि प्रश्न आहे. तो मूकपणे विचारतो, "मानवा, तू या भिंती कशासाठी उभारल्यास? या जमिनीवर जेव्हा फक्त माती आणि गवत होते, तेव्हा मी आणि माझे बांधव इथे मुक्तपणे धावत होतो. आम्ही कधीही तुझ्या गुहेत येऊन तुला त्रास दिला नाही. मग तू माझ्या संपूर्ण जंगलाला सिमेंटने का गाडून टाकलेस?"

माणूस काही बोलू शकत नाही, तो फक्त रोखून पाहत राहतो.

बिबट्या पुढे म्हणतो, "तू या रस्त्यांवरून इतक्या वेगाने कुठे चालला आहेस? तुझा हा वेग माझ्या मुलांचे प्राण घेत आहे. कालच माझी एक विजार त्या काळ्या रस्त्यावर एका मोठ्या वाहनाखाली चिरडून मरण पावली. तिची चूक काय होती? ती फक्त पाणी पिण्यासाठी रस्त्याच्या पलीकडे जात होती. तुझ्या या 'स्मार्ट' जगात आम् आम्हा प्राण्यांसाठी पाण्याचा एक थेंबही शिल्लक ठेवला नाहीस का?"

रात्रीचा वारा वाहतो आणि बिबट्या अंधारात गायब होतो. पण त्याचा तो प्रश्न त्या काचेच्या इमारतीच्या भिंतींवर आदळत राहतो. माणसाने उभे केलेले हे साम्राज्य प्रत्यक्षात एका मोठ्या पापाच्या पायावर उभे आहे, याची जाणीव त्या रात्रीच्या अंधारात जास्त गडद होते.

विचारप्रवर्तक प्रश्नः तुमचे घर कोणाच्या थडग्यावर उभे आहे?

इथे आपण आपल्या आलिशान घरांमध्ये, फ्लॅट्समध्ये बसून स्वतःला काही अत्यंत विदारक प्रश्न विचारण्याची गरज आहे. आपण ज्या सुखसोयींमध्ये जगत आहोत, त्यांची किंमत कोणी मोजली आहे?

- तुम्ही ज्या 'प्राइम लोकेशन'च्या सोसायटीमध्ये राहता, तिथे काही वर्षांपूर्वी कोणत्या पक्षांचे घरटे होते, कोणते प्राणी तिथे विसावत होते, याचा विचार तुम्ही कधी केला आहे का? तुमचे हे घर एका निष्पाप जीवाच्या घराच्या थडग्यावर उभे आहे, याची जाणीव तुम्हाला होते का?
- हायवेवर गाडी ताशी १२० किमीच्या वेगाने पळवताना जेव्हा एखादा प्राणी समोर येतो आणि तुम्ही ब्रेक दाबण्याऐवजी गाडी पुढे निघून जाते, तेव्हा तुम्ही एका रस्त्यावरून जात नसता, तर एका जिवंत प्राण्याच्या मृत्यूच्या वॉरंटवर सही करत असता, हे तुमच्या मनाला टोचते का?
- जर उद्या निसर्गाने माणसाच्या शहरांभोवती असेच एक कुंपण घातले आणि माणसाला अन्नासाठी बाहेर पडण्यास बंदी घातली, तर माणसाची अवस्था काय होईल? जे आपण प्राण्यांसोबत करत आहोत, तेच जर आपल्यासोबत घडले तर?

आपण आपल्या शहरांना 'स्मार्ट' म्हणतो, पण ज्या शहरांमध्ये एका पक्षाला पाण्यासाठी जागा नाही आणि एका प्राण्याला राहण्यासाठी जमीन नाही, ती शहरे स्मार्ट नसून ती मानवी स्वार्थाची जिवंत स्मारके आहेत.

निसर्गाचा प्रतिशोध आणि सिमेंटच्या साम्राज्याचा अंत

माणसाला वाटते की त्याने सिमेंटच्या भिंती उभारून निसर्गाला जंगलातच कोंडून ठेवले आहे. पण निसर्गाची ताकद ही माणसाच्या सिमेंटपेक्षा कित्येक पटीने जास्त आहे. जेव्हा माणूस नद्यांची पात्रा बुजवून तिथे इमारती बांधतो, तेव्हा नदी काही काळ शांत राहते. पण ज्या दिवशी अतिवृष्टी होते, त्या दिवशी ती नदी आपले जुने पात्र शोधत शहरांमध्ये घुसते. मग त्या 'स्मार्ट सिटी'चे रस्ते नद्यांमध्ये बदलतात आणि माणसाच्या आलिशान गाड्या पाण्याच्या प्रवाहावर खेळण्यासारख्या तरंगू लागतात.

केरळचा महापूर असो, चेन्नईचा पूर असो की मुंबईत दरवर्षी तुंबणारे पाणी—हा निसर्गाने माणसाला दिलेला थेट इशारा आहे की, "तुम्ही जर माझ्या राहण्याच्या जागा हिरावून घेतल्या, तर मी तुमच्या शहरांना जलमय करून टाकेन." निसर्गाचा हा प्रतिशोध अतिशय भयानक असतो.

आपण जंगले तोडून जे महामार्ग बनवले, त्या महामार्गांवर आज निसर्गाच्या कोपामुळे दरडी कोसळत आहेत, रस्ते खचत आहेत. माणूस कितीही मोठा तंत्रज्ञ झाला, तरी तो निसर्गाच्या एका भूकंपाच्या झटक्यासमोर हतबल आहे. सिमेंटचे हे साम्राज्य जितक्या वेगाने आपण

उभे केले आहे, तितक्याच वेगाने ते निसर्गाच्या एका कोपामुळे मातीत मिसळू शकते.

वेळ अजूनही पूर्णपणे संपलेली नाही. आपण अजूनही शहरांचे नियोजन करताना निसर्गाला सोबत घेऊन चालू शकतो. 'काँक्रीटचे जंगल' बनवण्याऐवजी आपण शहरांच्या मध्ये प्राण्यांसाठी, पक्षांसाठी नैसर्गिक जागा सोडू शकतो. पण त्यासाठी माणसाला स्वतःच्या 'पोटापलीकडच्या' हव्यासाला आवर घालावा लागेल. जर आपण प्राण्यांच्या बेघर होण्याकडे असेच दुर्लक्ष करत राहिलो, तर एक दिवस असा येईल की निसर्ग माणसाला त्याच्याच सिमेंटच्या जंगलात बेघर करून टाकेल, आणि त्या विनाशाच्या ढिगाऱ्यावर पुन्हा एकदा निसर्गाचे हिरवे साम्राज्य उभे राहील.

पंचमहाभूतांचा अपमान आणि प्रदूषण

पहाटेच्या अंधुक प्रकाशात दिल्लीच्या यमुनेकाठी उभे राहिले, की समोर नदी वाहत असल्याचा भास होत नाही. नदीच्या पात्रावर पांढऱ्याशुभ्र, बर्फासारख्या फेसाचे थवेच्या थवे तरंगत असतात. दुरून पाहणाऱ्याला वाटेल की हिवाळ्यातली एखादी सुंदर सकाळ आहे आणि नदीवर बर्फाची चादर पसरली आहे. पण जेव्हा वारा त्या फेसाचा एक तुकडा उडवून तुमच्या चेहऱ्यावर आणून टाकतो, तेव्हा डोळ्यांची

होणारी जळजळ आणि श्वास कोंडणारा केमिकलचा उग्र वास तुम्हाला वास्तवाच्या जमिनीवर आपटतो. तो बर्फ नाही, ते मानवी प्रगतीचे सांडपाणी आहे. ती नदी नाही, ते आपण आपल्या हाताने मारून टाकलेले पंचमहाभूतांपैकी एक जिवंत दैवत आहे.

माणसाने स्वतःला एवढे मोठे समजायला सुरुवात केली आहे की, ज्या पाच तत्त्वांनी मिळून त्याचे हे नश्वर शरीर बनवले आहे, त्याच तत्त्वांचा—पृथ्वी, आप, तेज, वायू आणि आकाश—तो रोज निर्घृणपणे अपमान करत आहे. निसर्गाने आपल्याला पिण्यासाठी अमृत दिले होते, आपण त्याचे रूपांतर विषामध्ये केले. या विदारक प्रवासाची पावले आज महासागरांच्या तळापासून ते हिमालयाच्या शिखरावरील हवेपर्यंत उमटलेली दिसत आहेत. आपण प्रगतीचा जो डोलारा उभा केला आहे, त्याचा पाया निसर्गाच्या विनाशावर आणि पंचमहाभूतांच्या अवमानावर रचला गेला आहे.

प्लास्टिकचे अमानुष युग आणि महासागरांचे संथ मरण

पंचमहाभूतांमध्ये 'जल' तत्त्वाला आपण जीवन मानतो. या पृथ्वीवरील अथांग पाण्याचा साठा म्हणजे महासागर. महासागर हे केवळ पाण्याचे साठे नाहीत, तर ते अब्जावधी जीवसृष्टीला जन्म देणारे आणि सांभाळणारे या पृथ्वीचे गर्भाशय आहेत. पण माणसाने या

गर्भाशयाचे रूपांतर जगातील सर्वात मोठ्या कचराकुंडीत करून टाकले आहे.

गेल्या काही दशकांत माणसाने एका अशा राक्षसाला जन्म दिला आहे, ज्याला निसर्ग कधीही पचवू शकत नाही—तो राक्षस म्हणजे 'प्लास्टिक'. आपण वापरून फेकून दिलेली एक साधी प्लास्टिकची बाटली, एक वेफर्सचे पाकीट किंवा एक थर्माकोलचा तुकडा जेव्हा नाल्यातून नदीत आणि नदीतून महासागरात पोहोचतो, तेव्हा तो तिथल्या जगात एक कायमचे मरण घेऊन जातो.

आज पॅसिफिक महासागराच्या मध्यभागी 'ग्रेट पॅसिफिक गार्बेज पॅच' (Great Pacific Garbage Patch) नावाचे एक विस्तीर्ण बेट तयार झाले आहे. हे बेट मातीचे किंवा दगडांचे नाही, तर माणसाने फेकून दिलेल्या करोडो टन प्लास्टिकच्या कचऱ्याचे आहे. त्याचा आकार काही देशांपेक्षाही मोठा झाला आहे. समुद्राचे पाणी त्या प्लास्टिकला स्वतःमध्ये सामावून घेण्याचा आटोकाट प्रयत्न करत आहे, पण प्लास्टिक नष्ट होत नाही. त्याचे रूपांतर लहान लहान कणांमध्ये होते, ज्याला 'मायक्रोप्लास्टिक' म्हणतात.

हे मायक्रोप्लास्टिक लहान मासे खातात, त्या लहान माशांना मोठे मासे खातात, आणि शेवटी तोच मासा माणसाच्या ताटात येतो.

निसर्गाचा न्याय पहा कसा आहे, माणसाने समुद्रात जे विष टाकले, तेच विष चक्र फिरून पुन्हा माणसाच्या पोटात जात आहे. समुद्रातील व्हेल मासे जेव्हा किनाऱ्यावर येऊन मरतात, तेव्हा त्यांच्या पोटातून चाळीस-चाळीस किलो प्लास्टिकच्या पिशव्या निघतात. ज्या महासागराने पृथ्वीला जीवन दिले, तो आज माणसाच्या हव्यासापोटी संथपणे मरतो आहे.

रासायनिक शेती आणि धरणीमातेच्या कसाचा अंत

ज्या 'पृथ्वी' तत्त्वाला आपण धरणीमाता म्हणतो, जिच्या कुशीतून उगवणारे अन्न खाऊन माणसाच्या पिढ्यान्पिढ्या जगल्या, त्या मातीची अवस्था आपण काय करून ठेवली आहे? माणसाला आता निसर्गाच्या लयीनुसार मिळणारे पीक पुरेसे वाटेनासे झाले आहे. त्याला कमीत कमी वेळेत, जास्तीत जास्त नफा कमवायचा आहे. या पोटापलीकडच्या हव्यासापोटी माणसाने शेतीमध्ये 'रासायनिक खतांचा' आणि 'कीटकनाशकांचा' भडिमार सुरू केला.

सुरुवातीला रासायनिक खतांमुळे पिकांचे ढीग वाढले, माणसाला वाटले की त्याने निसर्गावर विजय मिळवला. पण हळूहळू त्या रसायनांनी मातीमधील जिवंत सूक्ष्मजीव, गांडूळ आणि मातीचा कसच संपवून टाकला. आज माती जिवंत राहिलेली नाही, ती केवळ एक

निर्जीव माध्यम झाली आहे, ज्याच्यामध्ये आपण सलाईन टोचावे तशी रासायनिक खते टोचून पीक उभे करत आहोत.

कीटकनाशकांच्या अतिवापरामुळे पिकांवर येणारे कीटक तर मरतातच, पण त्यासोबत परागीभवन करणाऱ्या मधमाश्या आणि सुंदर फुलपाखरेही नष्ट होत आहेत. आपण निसर्गाचे संपूर्ण अन्नसाखळीचे चक्रच मोडून टाकले आहे. आज आपण जे अन्न खात आहोत, त्या अन्नातून जीवनसत्त्वे मिळण्याऐवजी माणसाच्या शरीरात संथ विष पसरत आहे. कॅन्सरसारखे भयानक आजार आज गावोगावी पोहोचले आहेत, याचे मुख्य कारण आपण धरणीमातेच्या शरीरात कालवलेले रासायनिक विष हेच आहे. मातीची भूक शमवण्याऐवजी आपण तिला कायमचे वांझ करून टाकत आहोत.

हवेची खालावलेली गुणवत्ता आणि श्वासांचा धंदा

'वायू' तत्त्व, जे आपल्या शरीरात श्वास बनून धावते, त्याची अवस्था आज काय आहे? जगातील मोठ्या शहरांमध्ये हिवाळा आला की 'एक्युआय' (Air Quality Index) चे आकडे ४०० आणि ५०० पार जातात. याचा साधा अर्थ असा की, त्या हवेत श्वास घेणे म्हणजे दिवसाला पन्नास सिगारेट ओढण्यासारखे आहे. आपल्या लहान मुलांची फुफ्फुसे जन्मापासूनच काळी पडू लागली आहेत.

माणसाच्या कारखान्यांचा धूर, रस्त्यांवर धावणाऱ्या करोडो गाड्यांचे कार्बन उत्सर्जन आणि निसर्गाची फुफ्फुसे असणारी जंगले कापून टाकल्यामुळे आज हवा विषारी झाली आहे. जी हवा निसर्गाने सर्वांना विनामूल्य आणि शुद्ध दिली होती, ती आज विकत घेण्याची वेळ आली आहे. आपण निसर्गाच्या एकाएका तत्त्वाला बाजारात विकायला काढले आहे, पण तरीही आपला हव्यास कमी होत नाही.

यमुनेच्या काठावरील मूक आक्रोश

रात्रीच्या वेळी जेव्हा दिल्ली शहर शांत होते, तेव्हा यमुनेच्या पात्रातून निघणारा तो विषारी, पांढरा फेस किनाऱ्यावर असलेल्या एका सुकलेल्या झाडाच्या मुळांना चाटत असतो. त्या झाडाच्या एका फांदीवर एक म्हातारा बगळा बसला आहे. त्याचे पंख कधीकाळी पांढरे शुभ्र होते, पण आज या नदीच्या पाण्यामुळे ते राखाडी आणि तेलकट झाले आहेत. नदीच्या पात्रातून एक मूक, थरथरणारा आवाज येतो. ते जल तत्त्व स्वतः त्या बगळ्याशी बोलत आहे.

नदी अत्यंत क्षीण आवाजात विचारते, "मित्रा, आज पुन्हा माझ्या अंगावर हा पांढरा फेस वाढला आहे. माझे संपूर्ण शरीर जळत आहे. माझ्या पोटात राहणारे मासे आज सकाळीच किनाऱ्यावर मरून पडले. माणसाने माझ्या संथ प्रवाहात हे काय ओतून दिले आहे?"

बगळा आपले डोके पंखांमध्ये लपवतो आणि म्हणतो, "माता, माणसाने त्याच्या कारखान्यातील रासायनिक सांडपाणी तुझ्या शरीरात सोडले आहे. त्याला कपडे धुण्यासाठी, वस्तू बनवण्यासाठी रसायने हवी असतात, पण ती वापरून झाल्यावर तो ते सगळे विष तुझ्या पोटात ओतून देतो. तो तुला माता म्हणतो, तुझी पूजा करतो, पण परत देताना तुला फक्त मैला आणि विष देतो."

नदी दुःखाने हसते आणि म्हणते, "तो मला माता म्हणतो? मग स्वतःच्या मातेला कोणी असे हळूहळू विष देऊन मारते का? मी डोंगरातून निघताना किती स्वच्छ आणि पवित्र होते. प्राण्यांनी माझे पाणी पिऊन मला आशीर्वाद दिले होते. पण या माणसाने मला एका जिवंत नदीतून एका मोठ्या गटारात बदलून टाकले आहे. त्याला समजत नाहीये का, की जे विष तो माझ्यात मिसळत आहे, तेच विष उद्या त्याच्या लहान मुलांच्या पिण्याच्या पात्रात जाणार आहे?"

बगळ्याकडे कोणतेही उत्तर नसते. कारण माणसाच्या या प्रगतीचे मरण प्राण्यांना आणि निसर्गाला फार आधीच दिसू लागले आहे, पण माणूस स्वतः मात्र डोळे मिटून विनाशाच्या महामार्गावर धावतो आहे.

विचारप्रवर्तक प्रश्नः आपण स्वतःचे थडगे उभे करत आहोत का?

आपण जेव्हा घरात बसून शुद्ध पाण्यासाठी प्युरिफायर लावतो आणि हवेसाठी एअर प्युरिफायर चालू करतो, तेव्हा आपण स्वतःला खूप सुरक्षित समजतो. पण आपण स्वतःला काही प्रश्न विचारले पाहिजेतः

- जर तुम्ही पृथ्वीवरील सर्व नद्या आणि समुद्र प्लास्टिक आणि रसायनाने भरून टाकले, तर तुमच्या घरातील प्युरिफायर तुम्हाला किती दिवस जिवंत ठेवू शकेल?
- ज्या मातीला तुम्ही रसायने देऊन मारून टाकले आहे, त्या मातीतून उगवणारे अन्न तुमच्या मुलांच्या शरीरात आरोग्याऐवजी मृत्यू पेरत आहे, हे माहीत असूनही तुम्ही गप्प का आहात?
- पंचमहाभूतांचा हा अपमान करून आपण देवाची कोणती पूजा करत आहोत? निसर्गाला उध्वस्त करून आपण कोणता स्वर्ग मिळवणार आहोत?

आपण पैशाच्या जोरावर निसर्गाच्या नियमांना विकत घेऊ शकत नाही. जर हवा विषारी झाली, पाणी संपले आणि माती वांझ

झाली, तर माणसाचे कोट्यवधी रुपयांचे बँक बॅलन्स आणि सोन्याचे दागिने केवळ मातीमोलाचे ठरतील.

पंचमहाभूतांचा संताप आणि अंतिम विनाशाची पावले

निसर्गाची सहनशीलता अथांग आहे, पण जेव्हा तिचा अंत पाहिला जातो, तेव्हा ती पंचमहाभूतांच्या रूपाने स्वतःचा हिशोब चुकता करते. आज जे अवेळी येणारे महापूर, प्रचंड उष्णतेच्या लाटा, आणि शेतजमिनींचे वाळवंटात होणारे रूपांतर आपण पाहत आहोत, हा निसर्गाचा प्रतिशोध आहे.

निसर्ग माणसाला सांगत आहे की, तुम्ही जर माझ्या हवेचा, पाण्याचा आणि मातीचा आदर केला नाही, तर मी तुम्हाला या पृथ्वीवरून असे संपवून टाकेन की तुमचा इतिहास शोधायलाही कोणी उरणार नाही. प्लास्टिकचे हे युग माणसाला सुख देत असल्याचे भासवत असले, तरी ते प्रत्यक्षात मानवी संस्कृतीचे कफन ठरत आहे.

वेळ अजूनही पूर्णपणे संपलेली नाही, पण ती वेगाने हातातून निसटत चालली आहे. जर आपण आपल्या साध्या, नैसर्गिक जगण्याकडे परत गेलो नाही, जर आपण रसायनांचा आणि प्लास्टिकचा हव्यास सोडला नाही, तर पंचमहाभूतांचा हा संताप संपूर्ण मानवी वस्तीला गिळंकृत करून टाकेल. यमुनेच्या पात्रावर तरंगणारा तो

पांढरा फेस हा केवळ केमिकलचा फेस नाही, तर तो मानवी संस्कृतीच्या अंताचा पांढरा कफन आहे, जो आपल्याला सावध करतो आहे.

प्रकरण ३: जनावरांचे निस्वार्थ सहजीवन आणि पृथ्वीचे संरक्षण

पोटापुरती शिकार, निसर्गाचा आदर

एका घनदाट, ओलसर जंगलाच्या मध्यभागी सूर्यकिरणांची एक सोनेरी तिरपी रेघ जमिनीवर पडली आहे. उन्हाळ्याचे दिवस संपत आले आहेत आणि हवेमध्ये सुक्या पालापाचोळ्याचा एक विशिष्ट आदिम गंध रेंगाळतो आहे. या शांततेत, एका मोठ्या पाण्याच्या डोहाच्या कडेला जंगलाचा राजा असलेला एक धिप्पाड वाघ संथपणे पाणी पित आहे. त्याच्या अंगावरील पिवळ्या-काळ्या पट्ट्यांवरून पाण्याचे थेंब निथळत आहेत. पाणी पिऊन झाल्यावर तो वाघ तिथेच ओल्या मातीवर आपले अवाढव्य शरीर टेकवतो आणि सुस्तावल्यासारखे डोळे मिटतो.

नेमक्या याच क्षणी, त्या डोहाच्या दुसऱ्या बाजूने वाळलेल्या पानांचा किरकिर आवाज होतो. हरणांचा एक लहानसा कळप तिथून अतिशय संथ पावलांनी पाण्याच्या दिशेने पुढे सरकतो. कळपातील एका मोठ्या काळविटाची आणि त्या सुस्तावलेल्या वाघाची नजरानजर होते. काळवीट जागच्या जागी खिळते, त्याचे कान टवकारतात, पण तो पळून जात नाही. वाघही आपले डोके हलकेच उंचावतो, हरणाकडे पाहतो

आणि पुन्हा एकदा आपले डोळे शांतपणे मिटून घेतो. हरणांना कळून चुकते की वाघाचे पोट भरलेले आहे. आता घाबरण्याचे कारण नाही. काही मिनिटांतच तो हरणांचा कळप वाघापासून अवघ्या वीस पावलांच्या अंतरावर उभा राहून निर्धास्तपणे पाणी पिऊ लागतो.

या दृश्यामध्ये निसर्गाचे सर्वात मोठे आणि गहन रहस्य दडलेले आहे. एका बाजूला जगातील सर्वात हिंस्त्र शिकारी आहे आणि दुसऱ्या बाजूला त्याचे सर्वात सोपे भक्ष्य आहे. दोघेही एकमेकांच्या अस्तित्वाच्या मर्यादा जाणून आहेत. वाघाने नुकतीच एक शिकार केली आहे, त्याचे पोट भरले आहे; त्यामुळे आता त्याच्यासाठी समोर उभे असलेले हरिण हे अन्न नसून त्याच्याच जंगलातील एक सहजीव आहे. निसर्गाने आखून दिलेली ही न्यायव्यवस्था, ही शिस्त मानवी बुद्धीला कधी समजेल का? जिथे हिंस्त्रतेचीही एक मर्यादा असते आणि भयालाही एका विश्वासाचा आधार असतो, ते खरे प्राण्यांचे जग आहे.

वर्तमानाचा उंबरठा आणि उद्याच्या चिंतेपासून मुक्ती

प्राण्यांच्या संपूर्ण जीवनशैलीचा जर अभ्यास केला, तर एक गोष्ट प्रकर्षाने जाणवते—त्यांचे अस्तित्व पूर्णपणे 'आज' आणि 'याच क्षणात' स्थिरावलेले असते. त्यांच्या मानसिक चौकटीत 'उद्या' नावाचा कोणताही काळ नसतो. या पृथ्वीवर माणूस सोडून इतर सर्व सजीव

एका विलक्षण मानसिक शांततेत जगतात, कारण त्यांच्याकडे उद्याची चिंता करण्याची कोणतीही व्यवस्था निसर्गाने ठेवली नाही.

विचार करा, जंगलातील एका पक्षाचा. तो रोज सकाळी जेव्हा आपली घरटी सोडतो, तेव्हा त्याच्या डोक्यात हा विचार नसतो की, "गेल्या आठवड्यात मला खूप चांगले दाणे मिळाले होते, पण उद्या जर पाऊस पडला तर मला अन्न कुठे मिळेल?" तो फक्त पंख पसरवतो आणि उघड्या आकाशात झेप घेतो. त्याला निसर्गाच्या व्यवस्थेवर अथांग विश्वास असतो. प्राण्यांचे हे वर्तमानात जगणे ही त्यांची कमजोरी नाही, तर तीच त्यांची सर्वात मोठी ताकद आहे. याच ताकदीमुळे ते कधीही मानसिक तणावाखाली जगत नाहीत.

प्राण्यांच्या या जीवनशैलीला आपण 'Living in the Present' म्हणू शकतो. ते जेव्हा खातात, तेव्हा ते फक्त खाण्याचा आनंद घेतात; ते जेव्हा झोपतात, तेव्हा ते पूर्णपणे शांत असतात. त्यांच्याकडे भूतकाळातील अपयशाचे ओझे नसते आणि भविष्यातील संकटांची कृत्रिम भीती नसते. निसर्गाने प्रत्येक ऋतूत, प्रत्येक सजीवासाठी काही ना काही सोय करून ठेवली आहे, या एकाच आदिम नियमावर त्यांचे जगणे अवलंबून असते. माणसाने मात्र भविष्याच्या सुरक्षिततेचा इतका ध्यास घेतला आहे की, तो स्वतःचा 'आज' रोज जिवंतपणी मारत आहे.

प्राण्यांचे हे उद्याची चिंता न करता जगणे मानवाला एक फार मोठा धडा शिकवून जाते, जो आपण आपल्या तथाकथित प्रगतीच्या नादात विसरून गेलो आहोत.

बँकेच्या तिजोऱ्यांची गैरहजेरी आणि निसर्गाची अदृश्य बँक

प्राण्यांच्या जगात सर्वात महत्त्वाची गोष्ट म्हणजे तिथे 'बँक बॅलन्स' किंवा 'लॉकर' नसतात. एका मुंग्यांच्या वसाहतीचा किंवा मधमाशांच्या पोळ्याचा अपवाद वगळता, जिथे ऋतूच्या गरजेनुसार अन्न साठवले जाते, जंगलातील कोणताही प्राणी संपत्तीचा किंवा अन्नाचा संचय करत नाही. एका वाघाने किंवा सिंहाने कधीही आपल्या गुहेच्या कोपऱ्यात मेलेल्या प्राण्यांचे मांस साठवून ठेवलेले पाहिले आहे का? किंवा एका हत्तीने पुढच्या उन्हाळ्याची सोय म्हणून झाडांचा पाला गोळा करून त्याचे गोदाम बनवल्याचे ऐकले आहे का?

प्राण्यांकडे साठवणुकीची ही व्यवस्था नसतानाही, जंगलात कधीही कोणताही प्राणी अन्नावाचून किंवा मंदीमुळे उपाशी मरत नाही—जोपर्यंत तिथे माणसाचा हस्तक्षेप होत नाही. निसर्गाची स्वतःची एक अदृश्य बँक आहे. या बँकेचा नियम असा आहे की, इथे प्रत्येकाला त्याच्या गरजेनुसार रोज विनामूल्य 'क्रेडिट' मिळते, पण ते फक्त

आजच्या दिवसापुरतेच वैध असते. तुम्ही ते अन्न किंवा ती संसाधने पुढच्या दिवसासाठी साठवून ठेवू शकत नाही.

जेव्हा एखादा प्राणी शिकार करतो, तेव्हा तो निसर्गाच्या या अदृश्य बँकेतून फक्त आपली भूक भागवण्यापुरतेच धन काढतो. उर्वरित भाग तो तिथेच सोडून देतो. तो उरलेला भाग जंगलातील इतर लहान प्राण्यांसाठी, कोल्ह्यांसाठी, गिधाडांसाठी आणि मातीतल्या कीटकासांठी खुले अन्न बनते. म्हणजेच, प्राण्यांची ही 'संचय न करण्याची वृत्ती' जंगलातील अन्नसाखळी (Food Chain) अविरतपणे चालू ठेवते. जर वाघाने आपल्या भविष्याच्या चिंतेपोटी जंगलातील चार हरणे मारून ती आपल्या गुहेत लपवून ठेवायला सुरुवात केली, तर जंगलातील हरणांची संख्या अचानक कमी होईल, अन्नसाखळी तुटेल आणि संपूर्ण इको-सिस्टम कोलमडून पडेल. प्राण्यांची ही शिस्त, हा अयाचित वृत्तीचा नियमच पृथ्वीचे रक्षण करत असतो.

सोन्याच्या नाण्यांची भूक विरुद्ध तृप्त मनाची शांतता

मानवाचा स्वार्थ आणि प्राण्यांची निस्वार्थ शिस्त यांमधील दरी समजून घेण्यासाठी एका महानगराच्या मध्यभागी असलेल्या एका पंचतारांकित हॉटेलमधील दृश्याची कल्पना करा. हॉटेलच्या वातानुकूलित हॉलमध्ये एका मोठ्या व्यापाऱ्याची पार्टी सुरू आहे.

टेबलावर पन्नास प्रकारचे पक्वान्न सजवलेले आहेत. माणसे आपल्या प्लेट्समध्ये गरजेपेक्षा जास्त अन्न कोंबत आहेत. पार्टी संपते तेव्हा तिथल्या कचराकुंडीत शेकडो किलो उत्तम अन्न फेकून दिले जाते, कारण ते उरलेले असते. त्याच वेळी, त्या हॉटेलच्या मागच्या गल्लीत, जिथे कारखान्यांचा धूर आणि कचऱ्याचे ढीग आहेत, तिथे एक भटकी कुत्री आपल्या चार लहान पिलांना दूध पाजण्यासाठी भुकेलेली उभी आहे. तिला हॉटेलच्या कचराकुंडीत पडलेल्या अन्नाचा एक तुकडा मिळतो. ती तो तुकडा स्वतः खाण्याऐवजी आपल्या तोंडात धरून आपल्या पिलांपाशी घेऊन जाते आणि त्यांच्यासमोर ठेवते. जोपर्यंत तिची पिले तृप्त होत नाहीत, तोपर्यंत ती स्वतः त्या अन्नाला स्पर्शही करत नाही.

आता या दृश्यावरून नजर सरळ जंगलाच्या एका निवांत कोपऱ्यात घेऊन जा. रात्रीची वेळ आहे. आकाशात चांदणे लवलवत आहे. एका मोठ्या ओढ्याच्या काठावर तोच वाघ, ज्याने दुपारी पाणी पिऊन शांतता पाळली होती, तो एका झाडाच्या आडोशाला उभा आहे. त्याच्या समोरून हरणांचा एक कळप पुन्हा एकदा जातो आहे. वाघ अगदी शांत आहे, त्याच्या शरीराची कोणतीही हालचाल होत नाही. तो फक्त त्या कळपाकडे पाहत आहे.

त्याच वेळी, जंगलाच्या वेशीवरून एक माणूस हातात बंदूक घेऊन दबा धरून बसला आहे. त्या माणसाचे पोट भरलेले आहे, त्याच्या घरात धान्याची कोठारे भरलेली आहेत. तरीही तो त्या कळपातील सर्वात मोठ्या आणि सुंदर शिंगे असलेल्या हरणावर नेम धरतो. त्याला त्या हरणाची शिकार भुकेसाठी करायची नाहीये, तर त्याचे ते सुंदर डोके कापून आपल्या बंगल्याच्या दिवाणखान्यात शोभेसाठी लावायचे आहे. तो बंदूक चालवतो, एक मोठा आवाज होतो आणि ते सुंदर हरिण रक्ताच्या थारोळ्यात जमिनीवर पडते.

त्या रात्री, त्या उध्वस्त शांततेत, एका म्हाताऱ्या चंदनाच्या झाडाच्या फांदीवर बसलेला एक घुबड आणि तो शांत बसलेला वाघ यांच्यात एक मूक संवाद घडतो.

घुबड आपल्या गोल, मोठ्या नजरेने वाघाकडे पाहतो आणि म्हणतो, "राणा, तू दुपारपासून उपाशी आहेस ना? मग तुझ्या समोरून हा कळप गेला, तरी तू त्यांच्यावर झेप का घेतली नाहीस? माणसाने मात्र दूरवरून येऊन त्या हरणाचा जीव घेतला."

वाघ आपले जड पंजे जमिनीवर घासतो आणि खोल आवाजात म्हणतो, "माझ्या शरीराला अजून भुकेची जाणीव झालेली नाही. निसर्गाचा नियम असा आहे की, गरज नसताना रक्ताचा एक थेंबही

सांडायचा नाही. मी जंगलाचा राजा असलो, तरी मी निसर्गाचा मालक नाही."

घुबड सुस्कारा सोडत म्हणतो, "पण त्या दोन पायांच्या प्राण्याला हे कधी समजणार? त्याचे पोट भरलेले होते, त्याचे घर सोन्याच्या नाण्यांनी भरलेले आहे, तरीही त्याने त्या निष्पाप हरणाचा जीव घेतला. त्याची भूक शरीराची नव्हती, तर त्याच्या अहंकाराची आणि हव्यासाची होती. माणसाची ही भूक संपूर्ण पृथ्वीला एका दिवस गिळंकृत करून टाकेल."

हा संवाद आजच्या घडीला माणसाच्या प्रत्येक कृतीवर आणि प्राण्यांच्या प्रत्येक निस्वार्थ कृत्यावर पडलेला एक विदारक प्रकाश आहे. प्राणी निसर्गाचा आदर करतात कारण त्यांना माहित आहे की ते निसर्गाचे अपत्य आहेत; माणूस निसर्गाला ओरबाडतो कारण त्याला वाटते की तो निसर्गाचा खरेदीदार आहे.

विचारप्रवर्तक प्रश्नः खरोखर हिंस्त्र कोण आहे?

इथे आपण स्वतःच्या प्रगतीचा अभिमान बाजूला ठेवून, आपल्या अंतरात्म्याला काही अत्यंत धारदार आणि अस्वस्थ करणारे प्रश्न विचारण्याची गरज आहे. आपण ज्या प्राण्यांना 'वन्य', 'रानटी' आणि 'हिंस्त्र' म्हणतो, ते खरोखरच तसे आहेत का?

- जर जंगलातील वाघ पोट भरलेले असताना समोरून जाणाऱ्या हरणाला मारत नाही, तर मग पोट भरलेले असतानाही जगातील संसाधने, जमिनी आणि बँकांचे लॉकर भरण्यासाठी निसर्गाचा गळा घोटणारा माणूस जास्त हिंस्त्र नाही का?
- प्राण्यांकडे कोणतीही शिक्षण व्यवस्था नाही, कोणतेही कायदे नाहीत, तरीही ते निसर्गाच्या अन्नसाखळीचा समतोल राखतात. माणसाकडे मात्र विज्ञान आहे, कायदे आहेत, तरीही तो या पृथ्वीची इको-सिस्टम उध्वस्त का करत आहे? आपली बुद्धी आपल्याला प्रगतीकडे घेऊन चालली आहे की विनाशाकडे?
- ज्या दिवशी माणसाचा हा हव्यास या पृथ्वीवरील शेवटच्या प्राण्याला मारून टाकेल, त्या दिवशी माणूस या निसर्गाच्या चक्रात एकटा कसा जगेल?

आपण स्वतःला 'सुसंस्कृत' म्हणवून घेतो, पण आपली संस्कृती जर दुसऱ्या जीवांच्या मरणावर उभी असेल, तर त्या सुसंस्कृतपणाला काय अर्थ उरतो? प्राण्यांची ही पोटापुरती शिकार आणि निसर्गाचा आदर करण्याची वृत्ती आपल्याला हेच शिकवते की, जगण्याचा अधिकार सर्वांना समान आहे.

निसर्गाची मूक शिस्त आणि मानवी संस्कृतीचा अहंकार

माणसाने स्वतःभोवती जे कायद्यांचे आणि अर्थव्यवस्थेचे डोलारे उभे केले आहेत, ते प्राण्यांच्या या मूक शिस्तीसमोर अत्यंत पोकळ वाटू लागतात. प्राण्यांना माहित आहे की जर त्यांनी मर्यादेपेक्षा जास्त घेतले, तर निसर्ग त्यांना शिक्षा करेल. जंगलात जर वाघांची संख्या हरणांपेक्षा जास्त झाली, तर वाघ भुकेने मरतात. निसर्गाची ही स्वतःला नियंत्रित करण्याची पद्धत (Self-Regulation) अत्यंत अचूक असते.

पण माणसाने विज्ञानाचा वापर करून निसर्गाच्या या नियंत्रण पद्धतीलाच आव्हान दिले आहे. आपण मृत्यूवर विजय मिळवण्याचा प्रयत्न करत आहोत, आपण संसाधनांचे अमर्याद शोषण करत आहोत, आणि हे सगळे करताना आपण विसरलो आहोत की आपण निसर्गापेक्षा मोठे नाही आहोत. प्राण्यांचे हे निस्वार्थ सहजीवन या पृथ्वीचे खरे रक्षणकर्ते आहे. एक लहानसा कीटक माती पोखरायचे काम करतो, एक पक्षी बिया पसरवण्याचे काम करतो आणि एक हिंस्त्र प्राणी शाकाहारी प्राण्यांची संख्या मर्यादित ठेवण्याचे काम करतो. या सगळ्यांच्या एकत्रित प्रयत्नातून ही पृथ्वी जिवंत राहिली आहे.

माणसाचे योगदान या इको-सिस्टममध्ये काय आहे? आपण फक्त कचरा, प्रदूषण आणि विनाश निर्माण केला आहे. आपण जर

प्राण्यांच्या या 'पोटापुरते घेण्याच्या' नियमाचा स्वीकार केला नाही, तर निसर्गाचा हा समतोल असा काही बिघडेल की, तो सावरणे मानवी विज्ञानालाही कधीच जमणार नाही.

त्या पाण्याच्या डोहावरून जेव्हा तो वाघ उठतो आणि जंगलाच्या घनदाट अंधारात शांतपणे निघून जातो, तेव्हा तो मागे एक फार मोठा संदेश सोडून जातो. तो संदेश शब्दांचा नसतो, तर तो त्याच्या जगण्याचा असतो. पृथ्वी अजूनही सुंदर आहे, कारण इथे प्राण्यांची निस्वार्थ शिस्त जिवंत आहे. पण जर माणसाचा हा हव्यास असाच वाढत राहिला, तर एक दिवस असा येईल जेव्हा या पृथ्वीवर ना वाघ उरेल, ना हरिण; उरेल फक्त माणसाचे स्वतःच तयार केलेले उजाड सिमेंटचे वाळवंट, जिथे श्वास घेण्यासाठी हवा नसेल आणि पिण्यासाठी पाणी नसेल. अजूनही वेळ आहे, प्राण्यांच्या या निस्वार्थ लयीकडून आपल्याला जगण्याचा मूळ नियम शिकावाच लागेल.

प्राण्यांचे निसर्गाला देणे

पहाटेच्या कोवळ्या उन्हात जंगलाच्या एका कोपऱ्यात एका म्हाताऱ्या अंजनाच्या झाडावरून एक सुगरण पक्षी खाली पडलेले एक पिकलेले फळ आपल्या चोचीत पकडतो. तो उडत उडत जंगलाच्या दुसऱ्या टोकाला जातो, जिथे काही महिन्यांपूर्वी वणव्यामुळे संपूर्ण

जमीन काळीठिक्कर पडली होती. तिथे एका खडकाच्या कपारीत बसून तो पक्षी फळाचा गोड गर खातो आणि त्याची मोठी, कडक बी तिथल्या राखेत निसटून पडते. काही दिवसांतच तिथे पावसाची पहिली सर कोसळते आणि त्या राखेतून, पक्षाने टाकलेल्या त्या बीजातून एक लहानसे, हिरवेगार अंकुर डोके वर काढते. ज्या पक्षाने ते फळ खाल्ले, त्याला कधीच समजणार नाही की त्याने या पृथ्वीला एक नवीन झाड दिले आहे. त्याने कोणतेही मानधनाचे कंत्राट घेतले नव्हते, की त्याने जागतिक पर्यावरण दिनानिमित्त फोटो काढला नव्हता; तो फक्त त्याचे जगणे जगत होता आणि त्याचे ते जगणेच एका नवीन सृष्टीला जन्म देत होते.

आता या दृश्यावरून नजर हटवून जरा माणसाच्या 'वृक्षारोपण' मोहिमांकडे वळवा. गाजावाजा करत, कॅमेऱ्याचे फ्लॅश चमकावत, व्हीआयपी पाहुण्यांच्या हस्ते सिमेंटच्या कुंड्यांमध्ये किंवा खोदलेल्या खड्ड्यांत झाडे लावली जातात. पुढच्या दोन दिवसांत त्या झाडाला पाणी घालायला कोणी उरत नाही, आणि ती रोपे सुकून मातीत मिसळतात. माणूस निसर्गाला 'देतो' तेव्हा त्याचा गाजावाजा करतो, पण प्राणी जेव्हा निसर्गाला समृद्ध करतात, तेव्हा त्यांच्यात एक अथांग, निस्वार्थ शांतता असते. प्राणी हे या पृथ्वीचे खरे 'इकोसिस्टम बिल्डर्स'

आहेत. ते केवळ या भूमीवर राहत नाहीत, तर ते ती भूमी जिवंत ठेवतात.

मूक माळी आणि हरित क्रांतीचे खरे शिल्पकार

निसर्गाने निर्माण केलेले प्रत्येक जंगलाचे क्षेत्र हे माणसाने लावलेल्या बागांसारखे नसते. जंगलात कोणतीही माणसे झाडे लावायला जात नाहीत, तिथे खते टाकायला कोणी नसते, की तिथे पाण्याचे पाट फिरवले जात नाहीत. तरीही जंगले शेकडो वर्षे अथांग, घनदाट आणि जिवंत राहतात. या हरित क्रांतीचे खरे शिल्पकार आहेत जंगलातील 'नॅचरल प्लँटर्स' (Natural Planters)—पक्षी, माकडे, खारी आणि वटवाघळे.

माकडांचा एक कळप जेव्हा झाडावर बसून फळे खातो, तेव्हा ते अर्धवट खाल्लेली फळे खाली टाकतात किंवा फळे खाऊन मैलोन्मैल दूर निघून जातात आणि त्यांच्या विष्ठेतून ती बीजे जमिनीवर पसरतात. माकडांच्या आणि पक्षांच्या पचनसंस्थेतून (Digestive System) जेव्हा एखादी बी बाहेर पडते, तेव्हा तिच्यावर प्रक्रिया झालेली असते, ज्यामुळे ती बी मातीत पडल्यावर अत्यंत वेगाने अंकुरित होते.

वटवाघळांसारखे जीव रात्रीच्या वेळी किलोमीटर प्रवास करतात आणि अशा दुर्गम डोंगराळ भागात बिया पसरवतात, जिथे

माणूस कधीही पोहोचू शकत नाही. एका लहानशा खारूताईची सवय असते की ती हिवाळ्याची सोय म्हणून जमिनीखाली अनेक ठिकाणी बिया आणि अक्रोड लपवून ठेवते. अनेकदा ती स्वतःच लपवलेली जागा विसरून जाते. खारूताईने विसरलेली ती जागा पुढे एका महाकाय वृक्षाचे जन्मस्थान बनते.

विचार करा, जर या पृथ्वीवरून पक्षी आणि माकडे नाहीसे झाले, तर नवीन जंगले उगवणे कायमचे बंद होईल. माणूस कितीही आधुनिक तंत्रज्ञान आणले, ड्रोनद्वारे बिया हवेत सोडल्या, तरी निसर्गाची ही आदिम, जिवंत परागीभवन आणि बीजप्रसाराची (Seed Dispersal) व्यवस्था तो कधीही निर्माण करू शकत नाही. प्राण्यांचे हे देणे निस्वार्थ आहे; ते त्यांच्या भुकेपोटी फिरतात, पण त्यांच्या पावलांच्या पाऊलखुणांमधून पृथ्वीवर हिरवी चादर विणली जात असते.

अन्नसाखळीची अदृश्य शिस्त आणि निसर्गाचे होकायंत्र

निसर्गाची रचना ही एका भव्य आणि गुंतागुंतीच्या जाळ्यासारखी (Food Web) आहे. या जाळ्यातला प्रत्येक धागा एका विशिष्ट कारणासाठी जोडलेला आहे. यालाच आपण वैज्ञानिक भाषेत 'अन्नसाखळी' (The Food Chain) म्हणतो. पण ही केवळ विज्ञानाच्या

पुस्तकातील आकृती नाही, तर हे या पृथ्वीचे होकायंत्र आहे, जे जगाचा समतोल बिघडू देत नाही.

अन्नसाखळीचा नियम अतिशय स्पष्ट आणि कठोर आहे. सूर्यप्रकाशापासून वनस्पती अन्न तयार करतात. या वनस्पतींना शाकाहारी प्राणी (उदा. हरणे, ससे, हत्ती) खातात. आणि या शाकाहारी प्राण्यांवर मांसाहारी प्राणी (उदा. वाघ, बिबट्या, लांडगे) जगतात. या तीन घटकांपैकी एकही घटक जर कमकुवत झाला किंवा नष्ट झाला, तर संपूर्ण पृथ्वी उध्वस्त व्हायला वेळ लागणार नाही.

समजा, एका जंगलातून आपण सर्व मांसाहारी प्राण्यांना नष्ट केले. माणसाला वाटेल की आता जंगलातील निष्पाप हरणे सुरक्षित झाली. पण वास्तविकता काय होईल? वाघ नसल्यामुळे हरणांची, सशांची संख्या अमर्याद वाढेल. त्यांची संख्या इतकी वाढेल की जंगलातील प्रत्येक कोवळे गवत, झाडांची पाने आणि अंकुर ते काही दिवसांतच संपवून टाकतील. वनस्पती संपल्यामुळे मातीची धूप होईल, पाण्याचे झरे सुकतील आणि शेवटी ते जंगल एका उजाड वाळवंटात बदलेल. वनस्पती नसल्यामुळे ती अब्जावधी हरणे शेवटी भुकेने तडफडून मरतील.

आता याच्या उलट विचार करा. जर जंगलात शाकाहारी प्राणीच उरले नाहीत, तर काय होईल? झाडांचा पालापाचोळा खाणारे कोणी उरणार नाही, ज्यामुळे जंगलात सुक्या लाकडांचे ढीग साचतील आणि एका लहानशा ठिणगीने संपूर्ण जंगल वणव्यात भस्मसात होईल. मांसाहारी प्राण्यांना अन्न मिळणार नाही आणि तेही नष्ट होतील. म्हणजेच, जंगलातील वाघ हा हरणाचा शत्रू नसून, तो हरणांच्या प्रजातीला आणि जंगलाला जिवंत ठेवणारा रक्षक आहे. तो हरणांची संख्या मर्यादित ठेवतो, जेणेकरून जंगलातील वनस्पती जिवंत राहू शकतील. निसर्गाची ही अदृश्य शिस्त प्राण्यांच्या रक्तामध्ये जन्मापासून कोरलेली असते.

दोन जगांमधील विरोधाभासः मानवी विध्वंस विरुद्ध प्राण्यांची कर्तव्यपूर्तता

या दोन जगांमधील फरक समजून घेण्यासाठी शहराच्या उंबरठ्यावर असलेल्या एका जंगलाच्या वेशीवरचे दृश्य डोळ्यांसमोर आणा. एका बाजूला माणसाची मोठी 'पेपर मिल' (कागदाचा कारखाना) आहे. त्या कारखान्यासाठी रोज शेकडो ट्रक भरून जंगलातील जुनी झाडे कापून आणली जात आहेत. कारखान्याचे मालक आणि इंजिनिअर्स ऑफिसमध्ये बसून लॅपटॉपवर 'पर्यावरण

पूरक' (Eco-friendly) उत्पादनांचे सादरीकरण करत आहेत. त्यांनी कागदाच्या वापरावर एक मोठी परिषद आयोजित केली आहे, पण कारखान्याच्या मागच्या बाजूला असलेल्या चिमणीतून निघणारा विषारी धूर आणि सांडपाणी थेट जंगलातल्या ओढ्यात मिसळत आहे.

आता या कारखान्याच्या कुंपणाच्या नेमके पलीकडे पाहा. तिथे जंगलाच्या शांततेत एक जंगली डुकरांचा कळप माती उकरत आहे. डुकरांची ही सवय माणसाला घाणेरडी वाटते. पण वैज्ञानिक सत्य काय आहे? ते डुकरं जेव्हा आपल्या नाकाने आणि दातांनी जंगलाची कडक झालेली माती उकरतात, तेव्हा ते मातीची हवा खेळती करतात (Aeration). त्यामुळे मातीच्या खालच्या थरातील पोषक घटक वर येतात, वाळलेली पाने मातीत मिसळतात आणि जमिनीची पाणी धरून ठेवण्याची क्षमता वाढते. ज्या जमिनीला माणूस नांगर लावून उध्वस्त करतो, त्या जमिनीची नैसर्गिक मशागत हे डुकरं आपल्या नकळत करत असतात.

त्याच कारखान्याच्या कुंपणावर बसलेला एक पांढऱ्या पाठीचा गिधाड आणि कारखान्याचा एक रखवालदार यांच्यात रात्रीच्या वेळी एक मूक संवाद घडतो.

रखवालदार त्या गिधाडाकडे पाहून थुंकतो आणि म्हणतो, "किती अमंगळ पक्षी आहे हा! सतत मेलेल्या जनावरांच्या शोधात असतो. याचे रूप किती भयानक आहे."

गिधाड आपल्या तीक्ष्ण नजरेने त्या माणसाकडे पाहतो आणि मूकपणे विचारतो, "मानवा, तू मला अमंगळ म्हणतोस? पण तुला हे माहित आहे का की, जर मी आणि माझ्या बांधवांनी जंगलात आणि तुझ्या शहरांच्या वेशीवर मरून पडलेल्या जनावरांचे मांस खाऊन ते साफ केले नाही, तर या पृथ्वीवर साथीच्या रोगांचे असे साम्राज्य येईल की तुझ्या दवाखान्यातील कोणतीही औषधे तुला वाचवू शकणार नाहीत? मी या पृथ्वीचा 'सॅनिटरी वर्कर' (स्वच्छता दूत) आहे. मी निसर्गातील कुजणारे अवशेष खाऊन धरणीमातेला स्वच्छ ठेवतो. मी कधीही जिवंत प्राण्याची शिकार करत नाही."

गिधाड कारखान्याच्या चिमणीकडे बोट दाखवत पुढे म्हणतो, "पण तू काय करत आहेस? तू जिवंत झाडे कापून हा काळा धूर हवेत सोडत आहेस. तू निसर्गाला जे देतोस ते विष आहे, आणि मी निसर्गाकडून जे घेतो ते तिचे ओझे कमी करण्यासाठी घेतो. मग खरोखर अमंगळ कोण आहे—मी की तू?"

रखवालदाराकडे या प्रश्नाचे उत्तर नसते. कारण माणसाला प्राण्यांचे महत्त्व केवळ त्यांच्या बाह्य रूपावरून किंवा उपयोगावरून ठरवण्याची सवय झाली आहे. निसर्गाच्या विशाल रचनेत प्रत्येक जिवाचे एक निश्चित कार्य आहे, हे समजण्याची पात्रता मानवाने गमावली आहे.

विचारप्रवर्तक प्रश्नः साखळीचा कोणता धागा आपण तोडत आहोत?

इथे आपण स्वतःला काही अतिशय गंभीर प्रश्न विचारण्याची वेळ आली आहे. आपण विज्ञानाच्या प्रगतीचा अभिमान बाळगत असताना, निसर्गाच्या या जिवंत विज्ञानाचा रोज गळा घोटत आहोतः

- जेव्हा आपण घरात डास मारण्यासाठी केमिकलचे स्प्रे मारतो किंवा शेतात कीटकनाशके फवारतो, तेव्हा त्या डासांसोबत परागीभवन करणाऱ्या मधमाश्या आणि सुंदर पक्षीही मरतात, हे माहीत असूनही आपण ती रसायने का वापरतो?
- जर एका लहानशा मुंगीने माती पोखरण्याचे काम थांबवले आणि एका पक्षाने बीजप्रसार करण्याचे बंद केले, तर मानवाचे कोट्यवधी रुपयांचे कृषी विज्ञान या पृथ्वीवर एकही नवीन जंगल उभे करू शकेल का?

- आपण प्राण्यांना 'वन्य' आणि 'उपद्रवी' म्हणून त्यांच्यावर गोळ्या झाडतो, पण त्यांच्याशिवाय ही पृथ्वी राहण्यायोग्य उरणार नाही, हे सत्य आपण कधी स्वीकारणार आहोत?

निसर्गाने प्रत्येक सजीवाला एक 'कर्तव्य' दिले आहे. प्राणी ते कर्तव्य कोणत्याही अपेक्षेशिवाय, निस्वार्थपणे पूर्ण करतात. माणूस मात्र फक्त स्वतःच्या अधिकारांची आणि फायद्याची भाषा बोलतो.

निसर्गाचे संतुलन आणि मानवाचा अंतिम पराभव

वैज्ञानिक दृष्टिकोनातून पाहिले तर, पृथ्वीवर मानवाचा जन्म होण्यापूर्वी कोट्यवधी वर्षे ही इको-सिस्टम अत्यंत उत्तम प्रकारे काम करत होती. डायनासोर आले आणि गेले, हिमयुग आले आणि गेले; पण पृथ्वीवरील जीवन कधी संपले नाही. कारण प्राण्यांनी कधीही निसर्गाच्या या मूळ रचनेला धक्का लावला नाही. त्यांनी अन्नसाखळीचे नियम पाळले.

पण माणसाच्या आगमनानंतर अवघ्या काही शतकांमध्ये या पृथ्वीची अवस्था दळभद्री झाली आहे. आपण अन्नसाखळीचे धागे आपल्या स्वार्थासाठी तोडून टाकले आहेत. वाघांची शिकार करून आपण हरणांची संख्या वाढवली, आणि मग हरणांनी पिकांचे नुकसान

केले की आपण त्यांनाही मारून टाकले. आपण निसर्गाच्या प्रत्येक चक्रात आपली बुद्धी चालवून गोंधळ निर्माण केला आहे.

प्राण्यांचे हे निस्वार्थ सहजीवन आपल्याला एकच गोष्ट शिकवते—निसर्गात कोणीही छोटा किंवा मोठा नसतो. एका वाघाचे जितके महत्त्व आहे, तितकेच महत्त्व मातीतील एका गांडुळाचेही आहे. जर गांडुळाने माती सुपीक केली नाही, तर वाघाला जंगलात लपण्यासाठी झाडेही मिळणार नाहीत. ही एकात्मता, ही परस्पर स्वावलंबनाची भावना जोपर्यंत माणूस शिकत नाही, तोपर्यंत त्याचा तथाकथित विकास हा केवळ एका विनाशाचा पूर्वआशय असेल.

त्या वडाच्या झाडावरून जेव्हा तो सुगरण पक्षी पुन्हा एकदा नवीन बीजाच्या शोधात उडून जातो, तेव्हा तो माणसाच्या सिमेंटच्या जंगलाकडे एक नजर टाकतो. त्या नजरेत एकच संदेश असतो—"आम्ही आमचे कर्तव्य करत आहोत, म्हणून तुम्ही अजून जिवंत आहात. ज्या दिवशी आम्ही आमचे पंख मिटून घेऊ, त्या दिवशी तुमचे हे सिमेंटचे साम्राज्य एका रात्रीत कोसळेल." अजूनही वेळ आहे, माणसाने प्राण्यांच्या या मूक योगदानाचा आदर करायला शिकले पाहिजे, अन्यथा निसर्गाच्या या अन्नसाखळीतून माणसाचे नाव कायमचे पुसले जाईल.

मूक रक्षक आणि शून्य कचरा

उन्हाळ्याची एक पांढरीफटक, रखरखती दुपार आहे. गावाबाहेरच्या एका निर्जन माळरानावर एक म्हातारा कडुनिंबाचा वृक्ष कोरडा पालापाचोळा गाळत उभा आहे. त्या झाडाच्या एका उघड्या, वाळलेल्या फांदीवर एक गिधाड आपली मान पंखांमध्ये खोचून शांतपणे बसले आहे. त्याच्या तीक्ष्ण, उघड्या नजरेखाली दूरवर एक विदारक दृश्य पसरले आहे. माणसाने शहरातून आणून टाकलेला प्लास्टिकचा विस्तीर्ण ढीग उन्हात वितळतो आहे आणि त्यातून एक उग्र, विषारी वायू हवेत मिसळतो आहे. त्या प्लास्टिकच्या ढिगाऱ्यात अन्नाचा तुकडा शोधताना एका गायीचा आक्रंदून मृत्यू झाला आहे आणि तिचा जड देह तिथेच पडून आहे.

काही वेळातच ते गिधाड त्या फांदीवरून खाली झेप घेते. ते त्या मृत शरीराजवळ जाते आणि आपले निसर्गदत्त कर्तव्य चोख बजावू लागते. ते कुजणारे मांस, तो भयानक उग्र वास आणि ती मृत पावणारी जैवविविधता—गिधाड त्या सगळ्याला अत्यंत वेगाने साफ करून टाकते. अवघ्या काही तासांत तो मृतदेह तिथून नाहीसा होतो, ज्यामुळे तिथे पसरू शकणारा पटकी किंवा कॉलरासारख्या साथीच्या रोगांचा धोका एका झटक्यात टळतो. काम संपवून ते गिधाड जेव्हा पुन्हा

आकाशात झेप घेते, तेव्हा मागे एकही प्लास्टिकचा तुकडा उरत नाही, की मातीला दूषित करणारे एकही रसायन उरत नाही. मागे उरते ती फक्त स्वच्छ झालेली भूमी, जी पुन्हा एकदा जिवंत श्वास घेऊ लागते.

आता या दृश्यावरून नजर हटवून जरा माणसाच्या 'स्मार्ट' शहरांकडे वळवा. तिथे करोडो रुपयांचे 'वेस्ट मॅनेजमेंट' (कचरा व्यवस्थापन) प्रकल्प चालवले जातात. मोठमोठ्या डम्पिंग ग्राउंड्सवर शेकडो टन कचऱ्याचे डोंगर कचराकुंडीत सडत राहतात, नद्यांचे पाणी काळेकुट्ट होते आणि हवेची गुणवत्ता रोज ढासळत राहते. माणूस स्वतःला 'शून्य कचरा' (Zero Waste) जीवनशैलीचा पुरस्कर्ता म्हणवून घेतो, पण प्रत्यक्षात तो पृथ्वीवर कचऱ्याचे साम्राज्य निर्माण करणारा एकमेव जीव आहे. या उलट, निसर्गाचे हे मूक रक्षक कोणत्याही पगाराशिवाय, कोणत्याही जाहिरातीशिवाय या पृथ्वीला रोज स्वच्छ आणि जिवंत ठेवत आहेत.

विश्वाचा अदृश्य कणा आणि मूक परागीकरण

आपण ज्या सुंदर फुलांना पाहतो, ज्या फळांचा आस्वाद घेतो आणि ज्या धान्यामुळे आपले पोट भरतो, त्या सगळ्याच्या मागे निसर्गाचा एक अत्यंत लहान पण महाकाय असा रक्षक उभा आहे—ती म्हणजे 'मधमाशी' आणि इतर लहान कीटक. माणसाला वाटते की तो शेतात

खते टाकतो, पाणी देतो म्हणून पीक उगवते; पण तो विज्ञानाचा सर्वात मोठा भ्रम आहे. जोपर्यंत एक लहानशी मधमाशी एका फुलावरून उडून दुसऱ्या फुलावर बसत नाही, तोपर्यंत निसर्गात 'परागीभवन' (Pollination) घडूच शकत नाही.

मधमाशी जेव्हा फुलावर बसते, तेव्हा ती केवळ स्वतःसाठी मध गोळा करत नसते. तिच्या नकळत तिच्या पायांना फुलांचे परागकण चिकटतात. जेव्हा ती दुसऱ्या फुलावर जाते, तेव्हा ते कण तिथे पडतात आणि त्यातून एका नवीन फळाची, एका नवीन बीजाची निर्मिती होते. या पृथ्वीवरील वनस्पतींच्या प्रजातींपैकी ८० टक्क्यांहून अधिक वनस्पती केवळ या लहान कीटकांच्या परागीभवनावर जिवंत आहेत. ते जंगलाचे सौंदर्य आणि माणसाचे अन्न दोन्ही एकाच वेळी विणत असतात.

याच संदर्भात महान वैज्ञानिक अल्बर्ट आईन्स्टाईन यांनी मानवी संस्कृतीला एक अत्यंत गंभीर आणि मर्मभेदी इशारा दिला होता. त्यांनी म्हटले होते, *"जर या पृथ्वीवरून मधमाश्या पूर्णपणे नष्ट झाल्या, तर मानवी प्रजाती या पृथ्वीवर फक्त चार वर्षे जगू शकेल."* (If the bee disappeared off the surface of the globe, then man would only have four years of life left). हे वाक्य कोणतेही काल्पनिक भय नाही,

तर ते एक अत्यंत प्रखर वैज्ञानिक सत्य आहे. मधमाश्या संपल्या तर परागीभवन थांबेल, परागीभवन थांबले तर वनस्पती संपतील, वनस्पती संपल्या तर शाकाहारी प्राणी मरतील आणि शेवटी अन्नधान्याअभावी माणूस स्वतःच स्वतःचा अंत पाहेल.

पण आज माणूस काय करत आहे? स्वतःच्या शेतातून जास्तीत जास्त पीक काढण्यासाठी तो ज्या रासायनिक कीटकनाशकांची फवारणी करतो, त्याने त्या निष्पाप मधमाश्या करोडोंच्या संख्येने मरण पावत आहेत. मोबाईल टावर्सच्या रेडिएशनमुळे मधमाश्या आपले रस्ते विसरत आहेत आणि पोळ्यापर्यंत पोहोचू न शकल्यामुळे संपूर्ण वसाहती नष्ट होत आहेत. आपण विज्ञानाच्या नादात विश्वाचा तो अदृश्य कणाच मोडून टाकत आहोत, ज्याच्यावर आपले जगणे अवलंबून आहे.

निसर्गाचे खरे रिसायकलर्स आणि स्वच्छता दूत

निसर्गाने जन्माची जशी सुंदर व्यवस्था केली आहे, तशीच तिने मृत्यूचीही अत्यंत शिस्तबद्ध व्यवस्था केली आहे. जंगलात किंवा निसर्गात जेव्हा एखादा प्राणी मरण पावतो, तेव्हा त्याचे शरीर सडून तिथे दुर्गंधी आणि भयानक जीवाणू (Bacteria) निर्माण होऊ शकतात. पण निसर्गाच्या न्यायव्यवस्थेने तिथे 'विघटन करणारे'

(Scavengers/Recyclers) रक्षक नेमले आहेत—ज्यामध्ये गिधाडे, कोल्हे, कावळे आणि लाखो सूक्ष्मजीव येतात.

गिधाडांना माणसाने नेहमीच 'अमंगळ' आणि 'भयानक' मानले. त्यांच्या रूपावरून माणसाने त्यांच्याविषयी अनेक अंधश्रद्धा पसरवल्या. पण वैज्ञानिक दृष्टिकोनातून पाहिले तर, गिधाड हा या पृथ्वीचा सर्वात मोठा संरक्षक आहे. गिधाडांच्या पोटात असलेले पाचक रस (Gastric Juices) इतके तीव्र असतात की, ते रेबीज, अँथ्रॅक्स आणि इतर कोणत्याही घातक जीवाणूंना जागीच नष्ट करू शकतात. जेव्हा एखादा संसर्गजन्य आजाराने मृत झालेला प्राणी जंगलात पडतो, तेव्हा गिधाडे त्याचे मांस खाऊन तो आजार तिथेच संपवून टाकतात. ते त्या रोगाचा प्रसार संपूर्ण जगात होऊ देत नाहीत.

गेल्या काही वर्षांत भारतात गिधाडांची संख्या ९९ टक्क्यांनी कमी झाली. याचे कारण काय होते? माणसाने आपल्या पाळीव जनावरांना वेदनाशामक म्हणून 'डायक्लोफेनॅक' (Diclofenac) नावाचे एक रासायनिक औषध द्यायला सुरुवात केली. जेव्हा ती जनावरे मरायची आणि त्यांचे मांस गिधाडे खायची, तेव्हा त्या रसायनामुळे गिधाडांचे मूत्रपिंड (Kidneys) निकामी होऊन ती मरण पावायची. एका रसायनाने निसर्गाच्या या सर्वात मोठ्या स्वच्छता दूताला विनाशाच्या

उंबरठ्यावर आणून ठेवले. परिणाम काय झाला? जंगलात मृत जनावरे सडू लागली, भटक्या कुत्र्यांची संख्या वाढली आणि रेबीजसारख्या रोगांनी शहरांवर ताबा मिळवला. निसर्गाच्या एका घटकाला धक्का लावला की संपूर्ण साखळी कशी कोलमडते, याचे हे सर्वात विदारक उदाहरण आहे.

सोन्याच्या कोंदणातील विष विरुद्ध मातीचे निस्वार्थ वैभव

या दोन जगांमधील विरोधाभास एका दृश्यातून स्पष्ट होतो. एका आधुनिक शहराच्या टोकाला असलेल्या एका कॉर्पोरेट कंपनीचे ऑफिस आहे. तिथे 'ग्रीन कॉर्पोरेट लाइफस्टाइल' या विषयावर एक मोठी बैठक सुरू आहे. टेबलवर बसलेले अधिकारी काचेच्या बाटल्यांमधील पाणी पीत आहेत आणि लॅपटॉपवर 'शून्य कचरा' मोहिमेचे सादरीकरण करत आहेत. बैठक संपते, तेव्हा त्या ऑफिसच्या बाहेर पडणाऱ्या कचऱ्यात शेकडो प्लास्टिकचे कप, कागदाचे ढीग आणि वापरून फेकून दिलेल्या इलेक्ट्रॉनिक वस्तू गोळा होतात. माणसाचा हा 'शून्य कचरा' केवळ कागदावर आणि जाहिरातींमध्ये असतो.

आकाशात रात्रीचे चांदणे पडले आहे. त्याच ऑफिसच्या मागच्या बाजूला असलेल्या एका जुन्या वडाच्या झाडापाशी एक म्हातारा

कावळा आणि जमिनीवर चालणारी एक लहानशी मुंगी एकत्र आले आहेत. इमारतीतून निघणारा प्रकाश त्यांच्यावर पडतो आहे.

कावळा झाडाच्या फांदीवरून खाली पाहत मुंगीला विचारतो, "छोटी, तू दुपारपासून त्या मातीच्या ढेकळाखाली काय करत आहेस? तू दमली नाहीस का?"

मुंगी आपले छोटे पाय हलवते आणि म्हणते, "मी थकले नाही, दादा. मी दुपारपासून जमिनीवर पडलेला एका वाळलेल्या टोळ पक्षाचा पंख आणि काही कुजलेली पाने गोळा करून मातीच्या आत घेऊन जात आहे. मी जेव्हा हे अवशेष मातीखाली नेते, तेव्हा ते तिथे कुजतात आणि त्यातून धरणीमातेला उत्तम खत मिळते. मी मातीची मशागत करत आहे."

कावळा हसतो आणि म्हणतो, "तुझे हे काम किती मोठे आहे. आणि माझे पाहा, मी दिवसभर माणसाच्या शहरात फिरलो. त्यांनी खाऊन फेकून दिलेले अन्नाचे तुकडे मी साफ केले. पण मला एक गोष्ट समजली नाही; माणूस जेव्हा जगतो, तेव्हा तो या पृथ्वीवर प्लास्टिक आणि काचांचा कचरा सोडून जातो, जो कधीच मातीत मिसळत नाही. पण जेव्हा आम्ही प्राण्यांपैकी कोणी मरतो, तेव्हा आमचे मरण सुद्धा या मातीला काहीतरी देऊन जाते."

मुंगी आश्चर्याने विचारते, "म्हणजे नक्की काय, दादा?"

कावळा अत्यंत गंभीर आवाजात म्हणतो, "जेव्हा जंगलात एखादा हत्ती किंवा पक्षी मरतो, तेव्हा त्याचे शरीर पूर्णपणे मातीत मिसळून जाते. त्याचे हाडे मातीला कॅल्शियम देतात, त्याचे मांस कीटकांचे पोट भरते आणि त्याच्या मृतदेहाच्या जागी काही दिवसांनी एक अतिशय सुंदर, हिरवेगार झाड उगवते. प्राण्यांचे मरण सुद्धा निसर्गाला सुपीक करते. पण माणूस? माणूस जिवंत असतानाही निसर्गाला ओरबाडतो आणि मेल्यावरही त्याचे शरीर ज्या सिमेंटच्या थडग्यात किंवा लाकडाच्या चितेत जळते, त्याने फक्त प्रदूषणच निर्माण होते. माणूस स्वतःच्या मागे फक्त कचरा सोडून जातो."

हा संवाद काल्पनिक वाटू शकतो, पण हे आजच्या जगाचे सर्वात मोठे आणि नग्न सत्य आहे. प्राणी या पृथ्वीवर 'Zero Waste Lifestyle' जन्मापासून जगतात, कारण त्यांच्या संपूर्ण अस्तित्वात 'प्लॅस्टिक' किंवा 'रसायन' नावाचा कोणताही कृत्रिम घटक नसतो. ते निसर्गाकडून जे घेतात, त्यापेक्षा जास्त ते त्यांच्या मृत्यूने निसर्गाला परत देऊन जातात.

विचारप्रवर्तक प्रश्नः तुमचे अस्तित्व या पृथ्वीसाठी काय सोडून जात आहे?

इथे आपण आपल्या चकचकीत, आधुनिक घरांमध्ये बसून स्वतःला काही अत्यंत धारदार आणि अस्वस्थ करणारे प्रश्न विचारण्याची गरज आहे. आपण ज्याला 'सुसंस्कृत जीवन' म्हणतो, ते खरोखरच सुसंस्कृत आहे का?

- तुम्ही दिवसभरात वापरून फेकून दिलेली प्लास्टिकची पिशवी किंवा बाटली, जेव्हा महासागरात जाऊन एखाद्या कासवाच्या गळ्यात अडकते किंवा गायीच्या पोटात जाते, तेव्हा त्या मुक्या प्राण्याच्या मृत्यूचे पाप तुमच्या आधुनिकतेपेक्षा मोठे नाही का?
- जर एका लहानशा मुंगीला आणि कावळ्याला या पृथ्वीला स्वच्छ ठेवण्याची जाणीव आहे, तर मग स्वतःला या जगाचा मालक समजणाऱ्या माणसाला कचरा न करण्याची साधी शिस्त का असू नये?
- ज्या दिवशी पृथ्वीवरील शेवटची मधमाशी मरण पावेल, त्या दिवशी तुमच्या बँकांमधील सोन्याच्या विटा तुम्हाला अन्न देऊ शकतील का?

आपण विज्ञानाच्या जोरावर नवनवीन वस्तू बनवत आहोत, पण त्या वस्तूंचे विघटन करण्याची ताकद आपल्या विज्ञानात नाही. आपण पृथ्वीला एका मोठ्या कचऱ्याच्या विळख्यात अडकवून टाकत आहोत, ज्यातून सुटणे आता माणसालाही अशक्य होत चालले आहे.

निसर्गाचे संतुलन आणि विनाशाची उलटी गिनती

वैज्ञानिक दृष्टिकोनातून पाहिले तर, निसर्गाच्या या मूक रक्षकांनी कोट्यवधी वर्षे या पृथ्वीचे फुफ्फुस आणि तिचे शरीर स्वच्छ ठेवले आहे. त्यांच्या या निस्वार्थ सहजीवनामुळेच आज आपण जे अन्न खातो आहोत आणि जो श्वास घेतो आहोत, ते शक्य झाले आहे. प्राण्यांचे हे योगदान विनामूल्य आहे, पण त्याची किंमत माणसाला समजेनाशी झाली आहे.

माणसाने स्वतःच्या पोटापलीकडच्या हव्यासापोटी या मूक रक्षकांच्या राहण्याच्या जागा उध्वस्त केल्या आहेत. रसायनांचा भडिमार करून आपण माती आणि पाणी दोन्ही विषारी करून टाकले आहे. आज जे जागतिक हवामान बदल आणि नवनवीन आजार आपण अनुभवत आहोत, हा निसर्गाचा थेट प्रतिशोध आहे. निसर्ग आपल्याला सांगत आहे की, जर तुम्ही माझ्या या मूक रक्षकांचा आदर केला नाही,

तर मी तुमच्या संपूर्ण संस्कृतीला या कचऱ्याच्या आणि रोगांच्या खाईत गाडून टाकेन.

वेळ अजूनही पूर्णपणे संपलेली नाही, पण ती वेगाने हातातून निसटत चालली आहे. जर आपण प्राण्यांच्या या 'शून्य कचरा' जीवनशैलीकडून काही शिकलो नाही, जर आपण प्लास्टिक आणि रसायनांचा हव्यास सोडला नाही, तर मानवाचा हा हव्यासच त्याच्या विनाशाचे मुख्य कारण ठरेल. त्या कडुनिंबाच्या झाडावरून जेव्हा ते गिधाड पुन्हा एकदा मुक्त आकाशात झेप घेते, तेव्हा ते माणसाच्या या तथाकथित स्मार्ट जगाकडे एका विदारक नजरेने पाहत असते. त्या नजरेत एकच इशारा असतो—"आम्ही आमचे कर्तव्य करत आहोत म्हणून ही पृथ्वी अजून जिवंत आहे; ज्या दिवशी आम्ही आमचे डोळे मिटून घेऊ, त्या दिवशी तुमचे हे सिमेंटचे साम्राज्य स्वतःच तयार केलेल्या कचऱ्याच्या ढिगाऱ्याखाली कायमचे गाडले जाईल." अजूनही वेळ आहे, माणसाने जागृत होऊन निसर्गाच्या या मूक रक्षकांचे ऋण स्वीकारायला हवे.

प्रकरण ४: मानवी बुद्धीचा अहंकार विरुद्ध प्राण्यांची संवेदनशीलता

बुद्धीचा गैरवापर आणि अहंकार

एका अथांग, निळ्याशार आकाशाखाली पसरलेल्या हिरव्यागार टेकडीवर विजांच्या कडकडाटासह मानवाने बनवलेल्या एका लढाऊ विमानाचा कानठळ्या बसवणारा आवाज घुमतो. त्या विमानाचा प्रचंड वेग आणि त्यातून निघणारा काळा धूर अवघ्या वातावरणाला प्रदूषित करतो आहे. त्याच वेळी, त्या टेकडीच्या पायथ्याशी असलेल्या एका छोट्याशा तलावाच्या काठावर, एक हत्ती उभा आहे. तो हत्ती आपल्या सोंडेत पाणी भरून शेजारी उभ्या असलेल्या जखमी हरणाच्या पाठीवर हळूवारपणे फुंकर मारत आहे. त्या हत्तीकडे विमाने बनवण्याचे तंत्रज्ञान नाही, त्याच्याकडे अण्वस्त्रांची भाषा नाही, पण त्याच्याकडे दुसऱ्याच्या वेदनेवर फुंकर घालणारे एक अथांग संवेदनशील काळीज आहे.

माणसाने विज्ञानाच्या जोरावर आकाशाला गवसणी घातली, समुद्राचे तळ गाठले आणि अणुचा वेध घेतला. या सगळ्याला माणसाने आपली 'प्रगती' म्हटले. पण या प्रगतीच्या शिखरावर बसलेला माणूस जेव्हा खाली पाहतो, तेव्हा त्याला स्वतःच्या बुद्धीचा अफाट अहंकार

झालेला दिसतो. देवाने माणसाला या पृथ्वीवरील सर्वात प्रगल्भ मेंदू दिला होता, तो यासाठी की त्याने या निसर्गाचा रक्षक, त्याचा रखवालदार व्हावे. पण माणसाने त्याच बुद्धीचा वापर या जगाचा हुकूमशहा आणि भक्षक बनण्यासाठी केला. बुद्धी आणि संवेदनशीलता यांच्यातील हा लढा आज अशा वळणावर आला आहे, जिथे माणसाची बुद्धी स्वतःच स्वतःच्या विनाशाचे मरणपत्र लिहीत आहे.

विश्वाची मालकी आणि मानवी अहंकाराचा भ्रम

मानवी इतिहासातील सर्वात मोठी आणि घातक चूक कोणती असेल, तर ती म्हणजे माणसाने स्वतःला या पृथ्वीचा 'मालक' समजायला सुरुवात केली. निसर्गाच्या विशाल रचनेत माणूस हा केवळ एक अत्यंत लहान आणि इतर प्राण्यांसारखाच एक सामान्य घटक आहे. पण माणसाने स्वतःच्या बुद्धीच्या जोरावर एक आभासी जग निर्माण केले, जिथे तो स्वतःला या सृष्टीचा केंद्रबिंदू मानू लागला.

जमिनीचे तुकडे करणे, नद्यांवर धरणे बांधून त्यांचे प्रवाह रोखणे आणि डोंगरांचे लचके तोडणे—या सगळ्या कृतींमागे माणसाचा एकच अहंकार काम करत होता की, "ही पृथ्वी माझ्या उपभोगासाठी बनवली गेली आहे." माणसाने विसरून गेले की, ज्या पृथ्वीवर तो आज मालकी हक्काचे फलक लावत आहे, ती पृथ्वी त्याच्या जन्माच्या कोट्यवधी

वर्षांपूर्वीपासून अस्तित्वात आहे आणि त्याच्या मृत्यूनंतरही ती अशीच राहणार आहे.

प्राण्यांच्या जगात मालकीचा हा पोकळ अहंकार नसतो. एखादा सिंह जंगलाचा राजा असतो, पण तो कधीही जंगलातील नद्यांवर किंवा झाडांवर स्वतःचा वैयक्तिक ताबा घोषित करत नाही. तो संपूर्ण जंगलाला आपली खाजगी मालमत्ता मानत नाही. पण माणसाने आपल्या बुद्धीचा वापर करून प्रत्येक नैसर्गिक संसाधनाला 'वस्तू' (Commodity) बनवून टाकले. हवेचा प्रत्येक झोका, पाण्याचा प्रत्येक थेंब आणि मातीचा प्रत्येक कण माणसाने स्वतःच्या तिजोरीत बंद करण्याचा अट्टाहास केला आहे. हा मालकीचा भ्रमच माणसाला निसर्गापासून दूर घेऊन गेला आहे आणि त्याला एका अशा एकाकी जगात ढकलले आहे, जिथे संपत्ती आहे पण जिवंत शांतता नाही.

विनाशाची साधने आणि अण्वस्त्रांचा पोकळ बडेजाव

माणसाने स्वतःच्या बुद्धीचा सर्वात भीषण आणि क्रूर गैरवापर कुठे केला असेल, तर तो म्हणजे 'युद्धाची शस्त्रे' आणि 'अण्वस्त्रे' (Nuclear Weapons) तयार करण्यात. आपण ज्या बुद्धीचा वापर करून रोगांवर औषधे शोधू शकलो असतो, भूक मिटवू शकलो असतो, त्याच बुद्धीचा वापर करून आपण एका झटक्यात संपूर्ण पृथ्वीला

भस्मसात करू शकतील अशी विनाशकारी शस्त्रे बनवली. माणसाने अशा मिसाईल्स आणि बॉम्बची निर्मिती केली, जी केवळ माणसांनाच नाही, तर त्या भूमीवरील संपूर्ण सजीव सृष्टीला, वनस्पतींना आणि निष्पाप प्राण्यांना एका सेकंदात मातीमोलाचे करू शकतात.

जेव्हा दोन देशांमध्ये युद्ध होते, तेव्हा तिथे फक्त बॉम्ब पडत नाहीत, तर तिथली हजारो वर्षांची परिसंस्था (Ecosystem) एका रात्रीत नष्ट होते. हिरवीगार जंगले जळून खाक होतात, हवेत विषारी वायू पसरतात आणि भूमी कित्येक दशकांसाठी वांझ होते. प्राण्यांनी माणसाचे कोणतेही नुकसान केलेले नसते, त्यांचे कोणत्याही देशाशी वैर नसते, त्यांनी सीमेचे कोणतेही नियम तोडलेले नसतात; तरीही माणसाच्या या अण्वस्त्रांच्या आणि युद्धाच्या आगीत लाखो मुके प्राणी जिवंत जळून खाक होतात.

माणसाची बुद्धी जर त्याला स्वतःच्याच प्रजातीला आणि संपूर्ण जगाला नष्ट करण्याची प्रेरणा देत असेल, तर त्या बुद्धीला 'श्रेष्ठ' कसे म्हणता येईल? प्राण्यांमध्ये कधीही जागतिक युद्धे होत नाहीत. त्यांच्यात जगण्यासाठी संघर्ष असतो, पण दुसऱ्या वंशाचा किंवा संपूर्ण जगाचा विनाश करण्याची हिंस्त्र योजना त्यांच्या मनात कधीच येत नाही.

माणसाने विज्ञानाचा डोलारा उभा केला खरा, पण त्या विज्ञानाचा शेवट त्याने स्वतःच्याच मृत्यूच्या कोंडीत केला आहे.

मनोरंजनाचा क्रूर धंदा: साखळदंडांमधील आदिम वैभव

माणसाच्या बुद्धीचा अहंकार केवळ निसर्गाला नष्ट करून थांबत नाही, तर तो इतर स्वतंत्र जीवांना स्वतःचे 'गुलाम' बनवण्यात धन्यता मानतो. याचे सर्वात विदारक रूप आपल्याला 'सर्कस' आणि 'प्राणीसंग्रहालयात' (Zoos) पाहायला मिळते. ज्या हत्तीचे साम्राज्य मैलोन्मैल पसरलेले घनदाट जंगल होते, ज्या हत्तीच्या एका पाऊलाने जमीन थरथरायची, त्या महाकाय हत्तीला माणूस लोखंडी साखळदंडांनी एका लहानशा पिंजऱ्यात किंवा सिमेंटच्या खोलीत बद्ध करून ठेवतो. केवळ कशासाठी? तर स्वतःच्या लहान मुलांच्या मनोरंजनासाठी आणि पैशांच्या धंद्यासाठी.

सर्कसमध्ये सिंहाच्या आणि वाघाच्या हातातून त्यांचे आदिम वैभव आणि स्वातंत्र्य हिरावून घेतले जाते. भुकेचा आणि चाबुकाचा धाक दाखवून जंगलाच्या राजाला माणसाच्या इशाऱ्यावर नाचायला भाग पाडले जाते. जेव्हा एखादा वाघ सर्कसमध्ये पेटलेल्या रिंगणमधून उडी मारतो, तेव्हा तिथे जमलेली माणसे टाळ्या वाजवतात. पण त्या टाळ्या

माणसाच्या प्रगतीच्या नसतात, तर त्या प्राण्यांच्या संवेदनशीलतेवर आणि त्यांच्या आत्मसन्मानावर झालेल्या अमानुष आघाताच्या असतात.

प्राणीसंग्रहालयात पिंजऱ्याच्या मागे अगतिकपणे चकरा मारणारा तो बिबट्या पाहा. त्याच्या डोळ्यात आता शिकार करण्याची चमक उरलेली नाही, तर एक सुन्न करणारी उदास शांतता आहे. तो माणसांकडे पाहत असतो, जे पिंजऱ्याबाहेर उभे राहून त्याचे फोटो काढत असतात, त्याच्यावर कचरा फेकत असतात आणि त्याला चिडवत असतात. माणसाला वाटते की त्याने त्या प्राण्याला पिंजऱ्यात बंद करून स्वतःचे श्रेष्ठत्व सिद्ध केले आहे, पण वास्तव हे आहे की माणसाने स्वतःच्या मनातील दया आणि संवेदनशीलता पिंजऱ्यात बंद करून टाकली आहे.

पिंजऱ्याच्या दोन बाजूंनी: अहंकाराचा मूक संवाद

रात्रीची वेळ आहे. एका मोठ्या शहरातल्या सर्कसचा तंबू आता शांत झाला आहे. सर्व प्रेक्षक आपापल्या आलिशान गाड्यांमधून घरी निघून गेले आहेत. तंबूच्या मागच्या अंधाऱ्या कोपऱ्यात, लोखंडी गजांच्या एका अरुंद पिंजऱ्यात जंगलाचा राजा असलेला एक वृद्ध सिंह बसला आहे. त्याचे शरीर थकले आहे, आणि त्याच्या पाठीवर आज दुपारच्या शोमध्ये मारलेल्या चाबुकाचे वळ उठले आहेत. त्या

पिंजऱ्याच्या बाहेर, अवघ्या काही अंतरावर सर्कसचा मॅनेजर आपल्या टेबलवर बसून आजच्या तिकिटांच्या विक्रीचे पैशांचे आकडे मोजत आहे. लॅपटॉपच्या स्क्रीनचा निळा प्रकाश त्याच्या चेहऱ्यावर पडतो आहे.

त्या रात्री, त्या पिंजऱ्याच्या गजांमधून त्या सिंहाची आणि त्या माणसाची नजरानजर होते. त्यांच्यात एक मूक, मर्मभेदी संवाद घडतो.

सिंह आपल्या जखमी पाठीला भिंतीला टेकवतो आणि अतिशय खोल, घोगऱ्या आवाजात विचारतो, "मानवा, तुला आज किती नफा झाला? माझ्या या चाबुकाच्या जखमांच्या बदल्यात तुझ्या तिजोरीत किती कागदाच्या नोटा जमा झाल्या?"

माणूस लॅपटॉपवरून नजर न हटवता म्हणतो, "आजचा शो हाऊसफुल होता. मला खूप मोठा फायदा झाला. तुझ्या त्या पेटत्या रिंगणमधील उडीने लोकांचे भरपूर मनोरंजन केले."

सिंह दुःखाने आपले डोके हलवतो आणि म्हणतो, "मनोरंजन? तुला वाटते की तू मला गुलाम बनवले आहेस? तुझा हा मेंदू, ज्याला तू बुद्धी म्हणतोस, तो तुला इतका आंधळा कसा करू शकतो? मी या पिंजऱ्यात बंदिस्त आहे कारण माझ्या पायात लोखंडी साखळ्या आहेत. पण तू? तू तर बाहेर मुक्त आहेस, तरीही तू पैशांच्या, हव्यासाच्या आणि

अहंकाराच्या एका अदृश्य पिंजऱ्यात जन्मापासून बंदिस्त आहेस. तुला रोज रात्री शांततेसाठी दारूचा किंवा गोळ्यांचा आधार घ्यावा लागतो."

माणूस क्षणभर थांबतो, त्याच्या हातातले पेन स्थिरावते.

सिंह पुढे म्हणतो, "देवाने तुला बुद्धी दिली होती जेणेकरून तू या पृथ्वीचे रक्षण करशील, आमच्यासारख्या मुक्या जीवांना आश्रय देशील. पण तू त्या बुद्धीने अण्वस्त्रे बनवलीस, जंगले कापलीस आणि आता आम्हाला पिंजऱ्यात कोंडून स्वतःला श्रेष्ठ समजत आहेस. लक्षात ठेव, ज्या दिवशी या पृथ्वीवरील शेवटचा प्राणी मरण पावेल, त्या दिवशी तुझी ही बुद्धी तुला वाचवू शकणार नाही. तू स्वतःच्याच अहंकाराच्या ओझ्याखाली चिरडून मरशील."

मॅनेजर लॅपटॉप बंद करतो, पण सिंहाच्या त्या शब्दांची घुमणारी शांतता त्या तंबूच्या अंधारात कायमची रेंगाळत राहते. माणसाकडे या प्रश्नाचे कोणतेही उत्तर नसते, कारण अहंकाराच्या कोंदणात बसलेल्या बुद्धीला संवेदनशीलतेची भाषा कधीच समजू शकत नाही.

विचारप्रवर्तक प्रश्न: खरोखर श्रेष्ठ कोण?

इथे आपण स्वतःच्या तथाकथित आधुनिकतेचा बडेजाव बाजूला ठेवून, आपल्या मनाला काही अत्यंत बोचणारे प्रश्न विचारण्याची वेळ आली आहे:

- जर देवाने माणसाला दिलेली बुद्धी जगाला विनाशाच्या उंबरठ्यावर आणून ठेवत असेल, आणि प्राण्यांची संवेदनशीलता जगाला जिवंत ठेवत असेल, तर खरोखर श्रेष्ठ कोण—माणसाची बुद्धी की प्राण्यांची संवेदनशीलता?
- एका निष्पाप प्राण्याला पिंजऱ्यात बंद करून आणि त्याला चाबुकाचे घाव घालून आनंद मिळवणारी मानवी जात स्वतःला 'सुसुंस्कृत' कशी म्हणवून घेऊ शकते?
- ज्या दिवशी माणसाच्या बुद्धीने बनवलेला एखादा अणूबॉंब या पृथ्वीचा अंत करेल, त्या दिवशी विज्ञानाच्या प्रगतीचा इतिहास वाचायला कोण उरणार आहे?

आपण विज्ञानाच्या जोरावर जगावर हुकूमत गाजवण्याचे स्वप्न पाहत आहोत, पण ज्या जगात सहसंवेदना नसेल, ते जग म्हणजे केवळ एक जिवंत थडगे असेल. प्राण्यांचे हे मूक अस्तित्व आपल्याला हेच सांगत आहे की, बुद्धीशिवाय संवेदनशीलता जिवंत राहू शकते, पण संवेदनशीलतेशिवाय बुद्धी फक्त विनाशच निर्माण करू शकते.

अहंकाराचा अंत आणि संवेदनशीलतेचा विजय

माणसाने स्वतःच्या बुद्धीचा कितीही अहंकार बाळगला, तरी निसर्गाच्या एका मोठ्या नियमासमोर तो अत्यंत थिटा आहे. माणसाने

बनवलेली अण्वस्त्रे, त्याचे कायदे आणि त्याची सिमेंटची जंगले निसर्गाच्या एका छोट्या आपत्तीसमोर पत्त्याच्या बंगल्यासारखी कोसळतात. जेव्हा एखादा महापूर येतो किंवा भूकंप होतो, तेव्हा माणसाची बुद्धी हतबल होते; पण प्राण्यांची संवेदनशीलता त्यांना त्या आपत्तीची जाणीव फार आधी करून देते आणि ते स्वतःचे रक्षण करतात.

आपण प्राण्यांना गुलाम बनवले, पण आपण निसर्गाला गुलाम बनवू शकलो नाही. निसर्गाचा न्याय अतिशय अचूक आहे. तिने मानवाच्या अहंकाराला आवर घालण्यासाठी विनाशाचे चक्र फिरवायला सुरुवात केली आहे. जर आपण अजूनही जागे झालो नाही, जर आपण आपल्या बुद्धीचा वापर निसर्गाच्या रक्षणासाठी आणि सहअस्तित्वासाठी केला नाही, तर मानवाचा हा अहंकारच त्याचा सर्वनाश करेल.

त्या सर्कसच्या पिंजऱ्यातून जेव्हा त्या सिंहाचा एक मोठा उसासा बाहेर पडतो, तेव्हा तो संपूर्ण मानवी संस्कृतीला एक अंतिम इशारा देत असतो. पृथ्वी अजूनही टिकून आहे कारण निसर्गाची संवेदनशीलता जिवंत आहे. माणसाने आता कुंपणे आणि पिंजरे तोडून, स्वतःच्या बुद्धीचा अहंकार गळवून, प्राण्यांच्या त्या संवेदनशील जगात नम्रपणे प्रवेश करायला हवा. अन्यथा, माणसाचे हे तथाकथित श्रेष्ठ जग स्वतःच्याच विनाशाच्या आगीत भस्मसात होईल आणि मागे उरेल फक्त

एक उजाड, मूक पृथ्वी... जिथे माणसाचा अहंकार शोधायलाही कोणी उरणार नाही.

प्राण्यांची नैसर्गिक शिस्त आणि संवेदनशीलता

समुद्राचा किनारा एरवीसारखाच संथ दिसतो आहे, पण तरीही अथांग पाण्याच्या गाभाऱ्यातून एक अनाकलनीय, मंद कंपनं जमिनीकडे सरकत आहेत. आकाशात सूर्य तळपतो आहे, पण किनाऱ्यालगतच्या झाडांवरून पाखरांचे थवे अचानक कर्कश ओरडत आकाशात उंच झेपावू लागले आहेत. जंगलातील हरणांनी आपले कान टवकारले आहेत आणि ती क्षणाचाही विचार न करता डोंगराच्या दिशेने, उंच जागेकडे पळू लागली आहेत. अगदी जमिनीवर चालणाऱ्या लहान मुंग्यांनीही आपली अंडी तोंडात पकडून सुरक्षित बिळांचा शोध सुरू केला आहे. या मुक्या सजीवांना निसर्गाच्या पोटात होणाऱ्या एका महाविनाशाची—होणाऱ्या भूकंपाची किंवा येऊ घातलेल्या अक्राळविक्राळ सुनामीची—पूर्वकल्पना आली आहे. त्यांच्याकडे विज्ञानाचे कोणतेही उपग्रह नाहीत, त्यांच्याकडे हवामान खात्याचे इशारे देणारे स्क्रीन नाहीत; पण त्यांच्याकडे निसर्गाची स्पंदनं टिपू शकणारा एक जिवंत 'सिक्सथ सेन्स' (Sixth Sense) आहे.

आता याच दृश्याच्या दुसऱ्या बाजूला, किनाऱ्यावर उभारलेल्या एका आलिशान, काचेच्या रिसॉर्टकडे पाहा. तिथे माणसे समुद्राच्या लाटांचे फोटो काढण्यात, गाणी ऐकण्यात आणि मद्यधुंद होण्यात मग्न आहेत. त्यांच्या मोबाईलमध्ये विज्ञानाने दिलेली जगाची माहिती आहे, पण त्यांच्या पायाखालची जमीन जी संकटाची चेतावणी देत आहे, ती टिपण्याची संवेदनशीलता त्यांच्याकडे उरलेली नाही. काही तासांतच समुद्राचे पाणी शेकडो फूट उंच होऊन किनाऱ्यावर धडकते आणि माणसाचा तो तथाकथित बुद्धिमान डोलारा एका झटक्यात पत्त्याच्या बंगल्यासारखा वाहून जातो.

निसर्गाने प्राण्यांना दिलेली संवेदनशीलता हा केवळ एक जैविक गुण नाही, तर ते या पृथ्वीवर सुरक्षितपणे जगण्याचे एक आदिम होकायंत्र आहे. माणूस स्वतःच्या बुद्धीच्या जोरावर निसर्गाशी स्पर्धा करत राहिला, तर प्राण्यांनी मात्र स्वतःच्या संवेदनशीलतेच्या बळावर निसर्गाच्या प्रत्येक लयीशी, प्रत्येक संकटाशी आणि प्रत्येक ऋतूशी एक अजब, विनाअनुबंधाचे नाते जोडले आहे.

आदिम जाणीव: प्राण्यांचा 'सिक्सथ सेन्स' आणि विज्ञानाची मर्यादा

माणसाने स्वतःला निसर्गापासून इतके वेगळे केले आहे की, त्याला आता केवळ यंत्रांनी दाखवलेले आकडेच सत्य वाटतात. पण प्राण्यांचे जग अजूनही निसर्गाच्या थेट संपर्कात आहे. विज्ञानाला ज्या नैसर्गिक आपत्तींची माहिती त्या आपत्ती दारावर येऊन ठेपल्यावर मिळते, त्या आपत्तींची विदारक जाणीव प्राण्यांना कित्येक तास, किंबहुना कित्येक दिवस आधी होते.

जेव्हा भूकंपाची सुरुवात पृथ्वीच्या पोटात अतिशय संथ लहरींनी (Infrasonic Waves) होते, तेव्हा त्या लहरींचा आवाज मानवी कानांना ऐकू येत नाही. पण जमिनीवर चालणाऱ्या सर्पांना, हत्तींना आणि पाळीव कुत्र्यांनाही त्या कंपनांची तीव्र जाणीव होते. २००४ च्या महाभीषण सुनामीमध्ये जेव्हा हिंदी महासागराच्या किनाऱ्यांवर लाखो माणसे मरण पावली, तेव्हा एक आश्चर्यकारक निरीक्षण नोंदवले गेले होते—तिथल्या वन्यजीव अभयारण्यांमधील एकाही वन्यप्राण्याचा मृतदेह सापडला नाही. सुनामीची लाट किनाऱ्याला धडकण्याच्या कित्येक तास आधीच जंगलातील सर्व प्राणी उंच डोंगराच्या दिशेने निघून गेले होते.

हा 'सिक्सथ सेन्स' म्हणजे काही जादूटोणा नाही; ती प्राण्यांची निसर्गाशी असलेली अखंड एकरूपता आहे. ते हवेचा दाब, पाण्याचा प्रवाह, मातीची कंपनं आणि पक्षांचे बदललेले आवाज या सगळ्याचा अर्थ लावू शकतात. माणसाने मात्र सिमेंटच्या भिंतीआड स्वतःला कोंडून घेतल्यामुळे ही आदिम जाणीव पूर्णपणे गमावून टाकली आहे. आपण उपग्रहांच्या स्क्रीनवर वादळाची दिशा पाहत बसतो, आणि निसर्गाचा एकच तडाखा आपल्या संपूर्ण विज्ञानाचा गर्व मातीत मिळवून देतो.

ऋतूचक्राशी अतुट नाते: निसर्गाशी स्पर्धा की शरणागती?

प्राण्यांच्या नैसर्गिक शिस्तीचा सर्वात सुंदर भाग कोणता असेल, तर तो म्हणजे 'ऋतूचक्राशी जुळवून घेणे'. निसर्गाच्या पाठात चार ऋतू आहेत, आणि प्रत्येक ऋतू स्वतःसोबत एक वेगळे आव्हान घेऊन येतो. उन्हाळ्याची रखरखती लाट असो, हिवाळ्याची हाडे गोठवणारी थंडी असो, की पावसाळा असो—प्राण्यांनी कधीही ऋतू बदलला म्हणून निसर्गाकडे तक्रार केलेली पाहिली आहे का?

जेव्हा उन्हाळ्यात जंगलातील पाण्याचे झरे सुकतात, तेव्हा प्राण्यांचे कळप शांतपणे पाण्याच्या शोधात शेकडो मैल स्थलांतर करतात. ते कधीही निसर्गाला दोष देत नाहीत, की ते नद्यांचे प्रवाह कृत्रिमरित्या वळवण्याचा प्रयत्न करत नाहीत. हिवाळ्यात जेव्हा

सायबेरियामध्ये बर्फ पडतो, तेव्हा तिथले पक्षी हजारो किलोमीटरचा प्रवास करून भारतासारख्या उबदार देशात येतात. ते तिथे काही महिने राहतात, प्रजोत्पादन करतात, आणि ऋतू बदलला की पुन्हा आपल्या मूळ गावी निघून जातात. त्यांच्या या प्रवासात कोणतीही तक्रार नसते, कोणताही संघर्ष नसतो; तिथे फक्त निसर्गाच्या नियमांना दिलेली एक मूक संमती असते.

माणसाचे काय? माणसाला निसर्गाचा कोणताही ऋतू सहन होत नाही. थंडी वाजली तर त्याला हीटर हवा, उन्हाळा आला तर त्याला वातानुकूलित (AC) रूम हवी. माणसाने स्वतःच्या शरीराला इतके नाजूक आणि परावलंबी करून टाकले आहे की, तो निसर्गाच्या लयीशी जुळवून घेण्याची क्षमताच विसरला आहे. माणूस निसर्गाचे नियम स्वतःच्या सुखासाठी बदलण्याचा प्रयत्न करतो. तो हिवाळ्यात उन्हाळ्याची फळे निर्माण करण्यासाठी रसायने वापरतो, उन्हाळ्यात नद्यांचे पाणी पळवतो. निसर्गाशी ही स्पर्धा करण्याची वृत्तीच माणसाच्या विनाशाचे मुख्य कारण ठरत आहे, कारण निसर्गाशी लढून आजपर्यंत कोणीही जिंकू शकलेले नाही.

नदीपात्रातील सिमेंटचे टॉवर्स आणि पुराचा प्रतिशोध

माणसाचा अहंकार आणि प्राण्यांची नैसर्गिक शिस्त यांमधील फरक एका विदारक वास्तवातून स्पष्टपणे दिसतो. निसर्गाचा एक साधा नियम आहे—नदीचे एक स्वतःचे पात्र असते, आणि पावसाळ्यात जेव्हा नद्या भरून वाहतात, तेव्हा पाण्याचा विस्तार होण्यासाठी एक विशिष्ट क्षेत्र राखीव असते, त्याला 'फ्लड प्लेन' (पूर नियंत्रण क्षेत्र) म्हणतात. जंगलातील प्राण्यांना हे उत्तम समजते. जेव्हा जंगलात मुसळधार पाऊस सुरू होतो आणि नदीची पातळी वाढू लागते, तेव्हा जंगलातील हत्ती, वाघ आणि हरणे स्वतःचे राहते ठिकाण सोडून नदीपासापासून दूर, उंच टेकड्यांवर निघून जातात. ते कधीही नदीच्या पात्रात जाऊन आपले घरटे किंवा गुहा बनवत नाहीत.

पण बुद्धीचा अभिमान बाळगणाऱ्या माणसाने काय केले? शहरांचा विस्तार करताना माणसाने नद्यांची पात्रा बुजवून टाकली. "रिव्हर व्ह्यू" किंवा "वॉटरफ्रंट अपार्टमेंट्स" च्या नावाखाली नदीच्या अगदी कडेला, तिच्या पूर नियंत्रण क्षेत्रात सिमेंटचे चाळीस-चाळीस मजल्यांचे टॉवर्स उभे केले. नद्यांच्या नैसर्गिक प्रवाहाला नाल्यांचे स्वरूप दिले.

परिणाम काय झाला? जेव्हा निसर्गाने आपला नियम पाळला आणि मुसळधार पाऊस पडला, तेव्हा नदी आपले जुने पात्र शोधत बाहेर पडली. तिने माणसाच्या त्या आलिशान सोसायट्यांमध्ये, पार्किंगमध्ये आणि घरांमध्ये प्रवेश केला. ज्या इमारतींना माणूस आपली प्रगती समजत होता, त्या इमारती एका रात्रीत पाण्याच्या वेढ्यात बंदिस्त झाल्या. माणसाच्या कोट्यवधी रुपयांच्या गाड्या पाण्यावर खेळण्यासारख्या तरंगू लागल्या आणि शहरात जगण्यासाठी अन्नाचा एक थेंब मिळणे कठीण झाले. हा नदीने केलेला हल्ला नव्हता; हा नदीने स्वतःच्या हक्काच्या जागेवर घेतलेला ताबा होता, जो माणसाने तिच्याकडून स्वार्थापोटी हिरावून घेतला होता.

टेकडीवरील कोरड्या मातीवरः दोन जगांमधील मूक संवाद

गोष्ट आहे एका मोठ्या नदीच्या काठावर वसलेल्या शहराची, जिथे सलग चार दिवस झालेल्या अतिवृष्टीमुळे महापूर आला आहे. शहरातल्या सर्व मोठ्या सोसायट्या पाण्यात बुडाल्या आहेत, वीज गायब झाली आहे आणि माणसांचे ओरडणे, रडणे हवेत घुमते आहे. शहराच्या टोकाला असलेल्या एका उंच, टेकडीच्या सुरक्षित खडकावर एक म्हातारा पांढरा कुत्रा आणि एक माणूस एकत्र आश्रयाला आले

आहेत. खाली पाहिल्यास संपूर्ण शहर एखाद्या अथांग, काळ्या पाण्याचा समुद्र वाटत आहे, ज्यामध्ये मानवी संस्कृतीचे अवशेष तरंगत आहेत.

तो माणूस थंडीने थरथरत आहे, त्याच्या हातात त्याचा महागडा आयफोन आहे, ज्याला आता नेटवर्क नाही. तो पाण्याच्या प्रवाहाकडे अत्यंत हतबल नजरेने पाहत आहे. शेजारी बसलेला तो कुत्रा अगदी शांत आहे, त्याचे शरीर ओले आहे पण त्याच्या डोळ्यात माणसासारखी भीती आणि अगतिकता नाही. त्या रात्रीच्या अंधारात, त्या दोघांच्या नजरेतून एक मूक संवाद घडतो.

माणसाच्या डोळ्यातून पाणी येते, तो मूकपणे म्हणतो, "माझे करोडो रुपयांचे घर त्या पाण्यात वाहून गेले. माझ्या गाड्या बुडाल्या. निसर्गाने आमचे सर्व काही एका रात्रीत हिरावून घेतले. निसर्ग इतका क्रूर कसा असू शकतो?"

कुत्रा आपल्या शेपटीने जमिनीवरची माती साफ करतो, तो माणसाकडे पाहतो आणि त्याच्या मूक नजरेत एक स्पष्ट जाणीव असते. तो विचारतो, "मानवा, निसर्ग क्रूर नाही, तो फक्त त्याचा हिशोब पूर्ण करत आहे. तुला आठवतेय, ज्या नदीच्या पात्रात आज पाणी आले आहे, तिथे अवघ्या दोन वर्षांपूर्वी एक सुंदर ओढा वाहत होता? आम्ही प्राणी उन्हाळ्याच्या दुपारी तिथे पाणी प्यायला यायचो. पण तू त्या ओढ्यावर

माती टाकली, तिथे सिमेंटचे रस्ते बनवले आणि तिथली झाडे कापून मोठी इमारत उभी केलीस. तू नदीचा रस्ता अडवलास, मग आज नदीने स्वतःचा रस्ता शोधला, तर तू निसर्गाला क्रूर का म्हणतोस?"

माणूस तोंड खाली करतो, त्याच्याकडे उत्तर नसते.

कुत्रा पुढे म्हणतो, "निसर्गाचा पाऊस पडण्याचा नियम हजारो वर्षांपासून एकच आहे. जेव्हा पावसाळा येतो, तेव्हा आम्ही प्राणी उंच जागेकडे येतो, कारण आम्हाला निसर्गाच्या शक्तीचा आदर आहे. पण तुझ्या बुद्धीने तुला शिकवले की तू नदीलाही अडवू शकतोस, तू डोंगरालाही वाकवू शकतोस. आज तुझ्या त्या बुद्धीचा अहंकार या पाण्याच्या प्रवाहात वाहून गेला आहे. जोपर्यंत तू निसर्गाच्या नियमांना शरण जात नाहीस, तोपर्यंत तुझ्या भिंती तुला कधीच वाचवू शकणार नाहीत."

हा संवाद केवळ एका रात्रीचा नाही, तर हे आजच्या घडीला निसर्गाने मानवाला लावलेला एक अत्यंत मोठा आणि विदारक आरसा आहे. प्राण्यांची संवेदनशीलता त्यांना निसर्गाचे नियम पाळायला शिकवते; माणसाची बुद्धी त्याला निसर्गाचे नियम तोडण्याचा अधिकार देते, आणि याच अधिकारातून मानवी संस्कृतीचा अंत ठरलेला आहे.

विचारप्रवर्तक प्रश्न: आपली बुद्धी आपल्याला आंधळे करत आहे का?

इथे आपण या विनाशाच्या ढिगाऱ्यावर उभे राहून, स्वतःच्या अंतरात्म्याला काही अत्यंत गंभीर प्रश्न विचारण्याची गरज आहे. आपण ज्याला 'विज्ञानाचा विजय' म्हणतो, तो खरोखरच विजय आहे का?

- जर जंगलातील एका मुंग्याला किंवा पक्षाला वादळ येण्याची पूर्वकल्पना मिळते आणि तो स्वतःचे रक्षण करतो, तर मग जगातील सर्व विज्ञानाचे उपग्रह असूनही दरवर्षी पूर आणि वादळात हजारो माणसांचे प्राण का जातात? आपली बुद्धी आपल्याला सतर्क करत आहे की आंधळे करत आहे?
- नदीच्या पात्रात इमारती बांधताना आणि डोंगरांचे लचके तोडताना आपल्याला वाटले की आपण निसर्गावर विजय मिळवला; पण जेव्हा तोच डोंगर कोसळून अख्खी गावे गाडली जातात, तेव्हा आपल्या विज्ञानाचा गर्व कुठे लपून बसतो?
- प्राणी निसर्गाचे नियम कधीच मोडत नाहीत, म्हणून ते निसर्गाच्या चक्रात सुरक्षित राहतात. माणूस मात्र निसर्गाचे नियम रोज मोडतो आणि तरीही स्वतःला 'सर्वात बुद्धिमान

प्राणी' म्हणवून घेतो. खरोखर बुद्धी कशात आहे—निसर्गाचा आदर करण्यात की तिच्याशी स्पर्धा करण्यात?

आपण आपल्या सुखसोयींसाठी निसर्गाच्या लयीचे तुकडे केले आहेत. पण आपण हे विसरलो आहोत की निसर्गाचे नियम हे कोणत्याही माणसाच्या हुकुमापेक्षा किंवा कायद्यापेक्षा सर्वोच्च आहेत.

संवेदनशीलतेची शिस्त आणि मानवी अहंकाराचा पराभव

प्राण्यांचे हे ऋतूचक्राशी जुळवून घेणे आणि निसर्गाच्या इशाऱ्यांचा आदर करणे मानवी संस्कृतीला एक अंतिम धडा शिकवून जाते. प्राण्यांमध्ये एक उपजत शिस्त असते, जिला विज्ञानाच्या परिभाषेची गरज नसते. ते पूर आल्यावर उंच जागी जातात, थंडी पडली की स्थलांतर करतात आणि भूक लागली की शिकार करतात. त्यांच्या या साध्या जगण्यामुळेच या पृथ्वीची इको-सिस्टम अब्जावधी वर्षांपासून सुरक्षित राहिली आहे.

माणसाने मात्र स्वतःच्या बुद्धीच्या अहंकारातून या शिस्तीचा पूर्णपणे त्याग केला. नागरीकरणाच्या आणि स्मार्ट सिटीच्या नावाखाली आपण निसर्गाच्या प्रत्येक घटकाला आव्हान दिले. पण आज जी जागतिक तापमानवाढ, अवेळी येणारे पूर आणि निसर्गाचे रुद्ररूप आपण अनुभवत आहोत, तो निसर्गाने मानवाला दिलेला थेट आणि

अंतिम इशारा आहे. निसर्ग आपल्याला सांगत आहे की, "तुम्ही माझे नियम बदलू शकत नाही. जर तुम्ही माझ्या सीमांचा आदर केला नाही, तर मी तुमच्या संपूर्ण अस्तित्वाचा नकाशाच पुसून टाकेन."

वेळ अजूनही पूर्णपणे संपलेली नाही, पण घड्याळाचे काटे वेगाने पुढे सरकत आहेत. माणसाला आता स्वतःच्या बुद्धीचा अहंकार बाजूला ठेवून, प्राण्यांच्या त्या 'संवेदनशीलतेच्या' आणि 'निसर्गाचा आदर करण्याच्या' आदिम पाठाकडे परत जावेच लागेल. जर आपण नद्यांची पात्रा मोकळी केली नाहीत, जर आपण डोंगरांचे रक्षण केले नाही, तर मानवाचे हे तथाकथित आधुनिक जग स्वतःच तयार केलेल्या विनाशाच्या पुरात कायमचे वाहून जाईल, आणि मागे उरेल फक्त एक शांत, मानवरहित पृथ्वी... जिथे पुन्हा एकदा प्राण्यांची नैसर्गिक शिस्त आणि निसर्गाचे अखंड ऋतूचक्र मुक्तपणे राज्य करेल.

प्रकरण ५: धोक्याची घंटा – समोर येणारे सर्वात मोठे संकट

निसर्गाचा कोप

मे महिन्याची ती दुपार हाडे सुकवून टाकणारी आहे. खिडकीबाहेर नजर टाकली तर रस्ते ओस पडले आहेत आणि डांबरावरून येणाऱ्या वाफा डोळ्यांना अंधारी आणत आहेत. घराबाहेर लावलेल्या डिजिटल थर्मामीटरवर लाल रंगाचे आकडे चमकत आहेत—'५० अंश सेल्सिअस'. हा केवळ एक आकडा नाही, हे या पृथ्वीचे वाढलेले तापमान आहे, तिने माणसाच्या हव्यासाविरुद्ध पुकारलेला हा सुप्त संताप आहे. एसीच्या बंद खोलीत बसूनही घशाला पडणारी कोरड माणसाला अस्वस्थ करत आहे. याच रखरखत्या उन्हात, शहराच्या मध्यभागी असलेल्या सिमेंटच्या डिव्हायडरवर एक कबूतर पाण्याचा थेंब न मिळाल्यामुळे आपले पंख पसरून तडफडत मान टाकते. त्याची ती मूक तडफड एसीच्या काचांआड दडलेल्या माणसाला दिसत नाही.

माणसाला वाटले की त्याने निसर्गाला आपल्या तालावर नाचायला भाग पाडले आहे. त्याने उन्हाळ्याचा पराभव करण्यासाठी

कुलिंग मशिन्स बनवल्या, पावसापासून वाचण्यासाठी सिमेंटची छप्परे उभारली. पण आज आपण एका अशा उंबरठ्यावर उभे आहोत, जिथे निसर्गाने मानवाच्या या अहंकाराला थेट उत्तर द्यायला सुरुवात केली आहे. ज्या निसर्गाने मानवाला लाखो वर्षे एका मातेसारखे सांभाळले, तीच निसर्गमाता आज मानवी संस्कृतीच्या विनाशाचे मरणपत्र घेऊन दारात उभी ठाकली आहे. ग्लोबल वॉर्मिंग, अवकाळी महापूर आणि नवनवीन महामारी—हा निसर्गाचा कोप नाही, तर मानवाच्या कृतघ्नतेचा तो आरसा आहे, जो आज आपल्याला आपले विद्रूप रूप पाहायला भाग पाडत आहे.

ऋतूचक्राचा कोलमडलेला पाया आणि जागतिक तापमानवाढीची दाहकता

निसर्गाची सर्वात मोठी ताकद तिच्या सुव्यवस्थित ऋतूचक्रात होती. उन्हाळा, पावसाळा आणि हिवाळा—हे तीन ऋतू एका ठराविक लयीत येत असत. शेतकरी पावसाच्या नक्षत्रांवरून पेरण्या करायचा, पक्षी ऋतूनुसार स्थलांतर करायचे आणि झाडे विशिष्ट काळात आपली पाने गाळून नवीन पालवी धारण करायची. पण माणसाने स्वतःच्या कारखान्यांचा धूर, वाहनांचे कार्बन उत्सर्जन आणि जंगलांची केलेली

अमर्याद कत्तल यांमुळे या संपूर्ण ऋतूचक्राचा पायाच मोडून टाकला आहे.

आज आपण ज्याला 'ग्लोबल वॉर्मिंग' किंवा हवामान बदल (Climate Change) म्हणतो, ते विज्ञानाच्या पुस्तकातील एखादे कोरडे प्रकरण राहिलेले नाही, तर ते आपल्या रोजच्या जगण्याचे वास्तव झाले आहे. हिवाळ्यात कडक ऊन पडते आहे, उन्हाळ्यात ढगफुटी होऊन पूर येत आहेत आणि पावसाळ्यात नद्या कोरड्या पडत आहेत. निसर्गाचे होकायंत्र पार बिघडून गेले आहे. जेव्हा उन्हाळ्यात तापमान ५० अंशांच्या पुढे जाते, तेव्हा ती केवळ माणसाची चैनीची कोंडी नसते, तर ती मातीतील सूक्ष्मजीवांपासून ते आकाशातील पक्षांपर्यंत सर्वांच्या मृत्यूचे वॉरंट असते.

माणसाने हवेत सोडलेल्या कार्बनच्या थराने या पृथ्वीला एका अशा काचेच्या घरात बंद केले आहे, जिथून उष्णता बाहेर पडू शकत नाही. हिमालयातील हिमनद्या वेगाने वितळत आहेत, महासागरांची पातळी वाढत आहे आणि ज्या किनारपट्टीच्या शहरांवर माणसाने आपली साम्राज्ये उभी केली आहेत, ती शहरे समुद्राच्या उदरात जाण्याची उलटी गिनती सुरू झाली आहे. निसर्गाची ही लय माणसाने

स्वतःच्या हाताने तोडली आहे, आणि आता त्या तुटलेल्या लयीचा प्रत्येक फटका मानवी संस्कृतीच्या छातीवर बसत आहे.

केदारनाथचा हाहाकार आणि निसर्गाच्या इशाऱ्यांकडे दुर्लक्ष

माणसाचा अहंकार किती मोठा आहे, हे समजण्यासाठी आपल्याला भूतकाळातील काही विदारक जखमांकडे पाहावे लागेल. २०१३ सालची केदारनाथची दुर्घटना आठवून पाहा. हिमालयाच्या त्या अत्यंत संवेदनशील आणि पवित्र कुशीत माणसाने 'पर्यटन' आणि 'विकासाच्या' नावाखाली सिमेंटचे कॉंक्रिटचे जंगल उभे केले होते. नदीच्या अगदी पात्रात हॉटेल्स आणि रिसॉर्ट्स बांधले गेले, डोंगरांचे पोट फाडून रस्ते रुंद केले गेले. निसर्गाच्या सर्व नियमांना धाब्यावर बसवून माणसाने तिथे पैशांचा बाजार मांडला होता.

आणि मग एका रात्री निसर्गाने आपला नियम दाखवला. ढगफुटी झाली, आणि मंदाकिनी नदीने रौद्ररूप धारण केले. डोंगराचा एक प्रचंड कडा कोसळला आणि चोराबाडी तलावाचे पाणी एका महाकाय भिंतीसारखे खाली आले. त्या प्रवाहाने माणसाने बांधलेल्या सर्व इमारती, हॉटेल्स आणि रस्ते अवघ्या काही सेकंदांत एखाद्या पत्त्याच्या बंगल्यासारखे उडवून लावले. तो पाण्याचा प्रवाह विचारत

नव्हता की हे हॉटेल किती स्टार आहे किंवा हा माणूस किती श्रीमंत आहे. त्या दुर्घटनेत हजारो माणसांचे प्राण गेले.

पण आपण यातून काय शिकलो? काहीच नाही. केदारनाथच्या त्या भीषण ढगफुटीनंतरही आज आपण हिमालयात पुन्हा तेच करत आहोत. डोंगर पोखरून बोगदे बनवले जात आहेत, नद्यांचे प्रवाह अडवले जात आहेत. उत्तराखंडमधील जोशीमठ सारखी शहरे आज जमिनीत खचत चालली आहेत, घरांना मोठ्या भेगा पडत आहेत. हा निसर्गाचा कोप नाही, ही निसर्गाने मानवाला दिलेली थेट चेतावणी आहे की, "जर तुम्ही माझ्या मर्यादांचा आदर केला नाही, तर मी तुमच्या अस्तित्वाचा नकाशाच पुसून टाकेन." वारंवार येणारे अवकाळी पूर आणि भीषण दुष्काळ हे या चेतावणीचेच पुढचे भाग आहेत.

जंगलांचे मरण आणि 'झुनोटिक' महामारीचा मानवी वस्तीत प्रवेश

माणसाच्या हव्यासाचा सर्वात भयानक आणि न दिसणारा प्रतिशोध आज 'महामारीच्या' (Zoonotic Diseases) रूपाने समोर येत आहे. झुनोटिक आजार म्हणजे असे आजार जे प्राण्यांमधून माणसांमध्ये संक्रमित होतात. गेल्या काही वर्षांत जगाला हादरवून टाकणारा

कोरोनाव्हायरस असो, इबोला असो वा निपाह व्हायरस—या सगळ्यांचा उगम मानवाच्या जंगलावरील आक्रमणामध्ये दडलेला आहे.

निसर्गाच्या मूळ रचनेत, घनदाट जंगलांच्या गाभाऱ्यात असे लाखो विषाणू (Viruses) आहेत, जे हजारो वर्षांपासून विशिष्ट वन्यप्राण्यांच्या शरीरात शांतपणे राहत आले आहेत. ते प्राणी त्या विषाणूंचे नैसर्गिक वाहक (Hosts) असतात. जोपर्यंत जंगले सुरक्षित होती, तोपर्यंत ते विषाणू जंगलाबाहेर पडू शकत नव्हते. जंगलातील जैवविविधता या विषाणूंसाठी एका नैसर्गिक कुंपणाचे काम करत होती.

पण माणसाने काय केले? खाणकाम, लाकूडतोड आणि नागरीकरणासाठी माणसाने त्या घनदाट जंगलांचे लचके तोडले. आपण प्राण्यांची घरे उध्वस्त केली. जेव्हा जंगले संपली, तेव्हा वटवाघळे, माकडे आणि इतर वन्यजीव मानवी वस्तीच्या जवळ येऊ लागले. ज्या क्षणी वन्यजीवांचा आणि मानवाचा थेट संपर्क वाढला, त्याच क्षणी ते आदिम विषाणू प्राण्यांच्या शरीरातून बाहेर पडून माणसाच्या शरीरात शिरले.

कोविड-१९ च्या काळात जेव्हा संपूर्ण जग एका खोलीत बंद झाले होते, रस्त्यांवर स्मशान शांतता पसरली होती आणि लाखो माणसे ऑक्सिजनच्या एका एका श्वासासाठी तडफडून मरत होती, तो काळ

आठवून पाहा. त्या काळात माणसाने उभी केलेली अब्जावधी रुपयांची अर्थव्यवस्था, त्याचे विज्ञानाचे तंत्रज्ञान आणि त्याचा लष्करी बळ सगळे हतबल झाले होते. एका सूक्ष्म, उघड्या डोळ्यांनी न दिसणाऱ्या विषाणूने संपूर्ण मानवी संस्कृतीला गुडघ्यावर आणले होते. हा निसर्गाने दिलेला सर्वात मोठा इशारा होता की, जर तुम्ही प्राण्यांचे संसार उध्वस्त कराल, तर तुमचे संसारही सुरक्षित राहू शकणार नाहीत.

विनाशाच्या उंबरठ्यावरः दोन जगांमधील मूक अंतर्विरोध

या संकटाची भीषणता एका दृश्यातून स्पष्टपणे डोळ्यांसमोर उभी राहते. एका आंतरराष्ट्रीय परिषदेचा आलिशान हॉल आहे. तिथे जगातील सर्वात शक्तिशाली देशांचे नेते आणि शास्त्रज्ञ 'क्लायमेट चेंज' (Climate Change) या विषयावर चर्चा करण्यासाठी एकत्र आले आहेत. हॉलमध्ये थंडगार एसी चालू आहे, टेबलवर काचेच्या महागड्या बाटल्या आहेत. स्टेजवर एक शास्त्रज्ञ लॅपटॉपवर ग्राफ दाखवून सांगतो आहे की, "जर कार्बनचे उत्सर्जन कमी झाले नाही, तर पुढच्या दहा वर्षांत जगातील अर्धी जंगले नष्ट होतील." नेते टाळ्या वाजवतात, करारावर सह्या करतात आणि परिषद संपवून आपापल्या खाजगी विमानांनी (Private Jets) निघून जातात, जी विमाने हवेत पुन्हा

टनवारी कार्बन सोडतात. माणसाची ही चिंता केवळ कागदावर आणि शब्दांमध्ये बंदिस्त आहे.

आता या हॉलच्या खिडकीबाहेरच्या वास्तवात या. हिवाळ्याचे दिवस असूनही कडक ऊन पडले आहे. शहराच्या कडेला असलेल्या एका सुकलेल्या तलावाच्या मध्यभागी, जिथे मातीला मोठ्या भेगा पडल्या आहेत, तिथे एक म्हातारी हरिण आपल्या लहान पाडसाला घेऊन उभी आहे. पाडसाचे पाय थंडीने नव्हे, तर भुकेने आणि उन्हाच्या त्रासाने थरथरत आहेत. तिथली सर्व झाडे माणसाने हायवेसाठी कापून टाकली आहेत. त्या रात्री, त्या सुकलेल्या तलावाच्या मातीवर, त्या हरणीची आणि एका सुकलेल्या बाभळीच्या झाडाची मूक भेट होते.

हरिणी त्या कोरड्या जमिनीकडे पाहत बाभळीला विचारते, "माय, यावर्षी पावसाळा कधी आलाच नाही. पाण्याचा एक थेंबही या तलावात उरला नाही. माझ्या पाडसाची जीभ कोरडी पडली आहे. निसर्गाचे हे रूप एवढे कडक का झाले आहे?"

बाभळीची सुकलेली फांदी हवेत थरथरते आणि ती म्हणती, "लेकरा, निसर्गाने तिची लय बदललेली नाही, माणसाने निसर्गाचे पाय तोडले आहेत. डोंगराच्या पलीकडे असलेल्या शहरातून निघणारा धूर आकाशाला जाळत आहे. माणूस रात्रंदिवस जमिनीचे पोट फाडून पाणी

उपसत आहे. आकाशातले ढग आता वाट विसरले आहेत. हा उन्हाळा निसर्गाचा नाही, हा माणसाच्या हव्यासाचा शेकोटीचा जाळ आहे, जो आता आपल्यापर्यंत पोहोचला आहे."

हरिणी आपल्या पाडसाला जवळ घेत केविलवाण्या स्वरात विचारते, "पण माणसाला हे समजत नाहीये का, की जर आम्ही सगळे संपलो, ही झाडे सुकली, तर तो तरी या ५० अंशांच्या उन्हात कसा जगेल? त्याच्या शहरातल्या इमारती त्याला सावली देतील का?"

बाभळीचे झाड मूक राहते, कारण माणसाच्या या आत्मघातकी बुद्धीचे उत्तर निसर्गातल्या कोणाकडेच नाही. माणूस स्वतःच स्वतःच्या नाशाचा सापळा रचत आहे आणि त्या सापळ्यात पहिल्यांदा हे निष्पाप प्राणी अडकत आहेत.

विचारप्रवर्तक प्रश्नः आपण विनाशाची तिकिटे विकत घेत आहोत का?

इथे आपण स्वतःच्या आत डोकावून पाहण्याची आणि स्वतःला काही अत्यंत विदारक प्रश्न विचारण्याची वेळ आली आहे. आपण ज्याला 'प्रगती' समजत आहोत, ती खरोखरच प्रगती आहे का?

- जेव्हा तुम्ही उन्हाळ्याच्या दिवसात एसीचे तापमान अजून कमी करता, तेव्हा तुमच्या घराबाहेर उघड्या आकाशाखाली राहणाऱ्या पक्षांसाठी आणि प्राण्यांसाठी तुम्ही पृथ्वीचे तापमान अजून वाढवत असता, याचे अपराधीपण तुमच्या मनात कधी निर्माण होते का?
- कोविडच्या काळात जेव्हा आपण ऑक्सिजनच्या एका सिलिंडरसाठी लाखांची किंमत मोजत होतो, तेव्हा आयुष्यभर आपल्याला विनामूल्य शुद्ध ऑक्सिजन देणाऱ्या झाडांची किंमत आपल्याला का समजली नाही? आपण पुन्हा तीच झाडे कापायला कसे काय तयार होतो?
- केदारनाथची दुर्घटना किंवा शहरांमध्ये येणारे अवकाळी पूर ही केवळ 'नैसर्गिक आपत्ती' आहे की आपण निसर्गाच्या हक्काच्या जागेवर केलेली दरोडेखोरी आणि त्याचे मिळालेले थेट फलित आहे?

आपण विज्ञानाच्या बळावर निसर्गाला हरवण्याच्या बाता मारतो, पण आपण हे विसरलो आहोत की निसर्गाच्या या लढाईत माणसाचा विजय हाच त्याचा सर्वात मोठा पराभव असेल. कारण निसर्ग जर हरली, तर माणूस जिवंत राहूच शकत नाही.

अंतिम चेतावणी आणि जागृतीची शेवटची हाक

निसर्गाची ही धोक्याची घंटा आता अतिशय वेगाने आणि मोठ्या आवाजात वाजू लागली आहे. ५० अंश सेल्सिअसचे तापमान, वितळणारे हिमनद, यमुनेचा विषारी फेस आणि जंगलाबाहेर पडणारे विषाणू—हा निसर्गाने मानवाला दिलेला अंतिम आणि सर्वात मोठा इशारा आहे. निसर्ग आपल्याला सांगत आहे की, "तुमचा खेळ आता संपत आला आहे. जर तुम्ही तुमच्या हव्यासाला, तुमच्या ओरबाडण्याच्या वृत्तीला आवर घातला नाही, तर मी या पृथ्वीवरून तुमचे अस्तित्व असे मिटवून टाकेन की, तुमचा इतिहास शोधायलाही कोणी उरणार नाही."

प्राणी या धोक्याच्या घंटेला ओळखतात, म्हणून ते वादळ येण्यापूर्वी उंच जागेवर जातात. पण माणूस हा एकमेव असा जीव आहे, जो धोक्याची घंटा ऐकूनही त्याच विनाशाच्या दरीत स्वतःचे आलिशान बंगले बांधण्यात व्यस्त आहे. आपण निसर्गाला घाबरण्याची गरज नाही, आपल्याला स्वतःच्या हव्यासाला घाबरण्याची गरज आहे.

वेळ अजूनही पूर्णपणे संपलेली नाही, पण घड्याळाचे काटे खूप पुढे गेले आहेत. आता केवळ 'झाडे लावा-झाडे जगवा' सारख्या घोषणांनी काहीही होणार नाही. आपल्याला आपल्या जगण्याची पद्धत बदलावी लागेल. गरज आणि हव्यास याच्यातील ती पुसटशी रेषा पुन्हा

एकदा ठळक करावी लागेल. प्राण्यांच्या त्या 'निसर्गाशी समरस होऊन जगण्याच्या' आदिम पाठाकडे आपल्याला परत वळावेच लागेल. नद्यांची पात्रा मोकळी करावी लागतील, जंगलांचे अधिकार त्यांना परत द्यावे लागतील. जर आपण अजूनही जागे झालो नाही, तर मानवाचे हे तथाकथित आधुनिक जग स्वतःच तयार केलेल्या विनाशाच्या खाईत कायमचे गडप होईल, आणि मागे उरेल फक्त एक उजाड, निर्जीव पृथ्वी... जिथे माणूस नसेल, फक्त त्याच्या अहंकाराची गंजलेली स्मारके असतील. निसर्गाची ही शेवटची हाक आहे, ठरवायचे आपल्याला आहे—जागे व्हायचे की कायमचे झोपी जायचे!

उद्याची भीषणता

काचेच्या एका टोलेजंग, चक्रावून टाकणाऱ्या इमारतीबाहेर पाळलेल्या धुक्याची एक कृत्रिम चादर पसरली आहे. हे धुकं निसर्गाचे नाही, तर शहराभोवती बसवलेल्या एअर-फिल्ट्रेशन प्लांटमधून सोडलेली वाफ आहे. या इमारतीच्या तळमजल्यावर एक चकचकीत दुकान आहे, ज्याच्या पाटीवर निळ्या रंगात लिहिले आहे—'ऑक्सिजन पार्लरः शुद्ध श्वासाचे मखमली क्षण'. दुकानाच्या आत एक लहान मुलगा आपल्या वडिलांचा हात धरून उभा आहे. त्या मुलाच्या पाठीवर प्लास्टिकची एक हलकी टाकी आहे आणि नाकावर एक पारदर्शक नळी

लावलेली आहे. तो आपल्या बाबांकडे पाहतो आणि विचारतो, "बाबा, तुम्ही सांगता ते खरं आहे का? पूर्वीच्या काळी हवेसाठी पैसे द्यावे लागत नव्हते? लोक रस्त्यावरून चालताना मास्कशिवाय श्वास घ्यायचे?"

त्याच्या वडिलांच्या डोळ्यात एक सुन्न, अपराधी शांतता पसरते. ते काहीच बोलू शकत नाहीत. ते आपल्या खिशातील पाकीट काढतात आणि डिजिटल स्क्रीनवर क्रेडिट कार्ड स्वाइप करतात. अवघ्या वीस मिनिटांच्या शुद्ध ऑक्सिजनसाठी त्यांच्या खात्यातून हजारो रुपये वजा होतात. दुकानमालक त्या मुलाच्या पाठीवरच्या उपकरणाचे बटण फिरवतो, आणि एका क्षणात त्या चिमुरड्याच्या फुफ्फुसात निसर्गाची नव्हे, तर पैशांच्या मोबदल्यात विकत घेतलेली शुद्ध हवा पोहोचते.

हे दृश्य आज आपल्याला सायन्स फिक्शन किंवा एखाद्या हॉलिवूड चित्रपटातील काल्पनिक कथा वाटू शकते. पण आपण ज्या वेगाने निसर्गाचा संकोच करत आहोत, ते पाहता हे आपल्या 'उद्याची भीषणता' दर्शवणारे अत्यंत जिवंत आणि क्रूर वास्तव आहे. आपण आपल्या पुढच्या पिढीला वारसाहक्काने संपत्ती, बँकांचे लॉकर आणि जमिनीचे तुकडे सोडून जाण्याच्या शर्यतीत इतके मग्न झालो आहोत की, त्यांना जगण्यासाठी लागणारी मूलभूत हवा आणि पाणी आपण

आजच जिवंतपणी विकून खात आहोत. हा उद्याचा उंबरठा आहे, जिथे माणसाची प्रगती त्याच्या विनाशाचे सर्वात मोठे कफन ठरणार आहे.

श्वासांचे व्यापारीकरण आणि पाण्याचे अंतिम महायुद्ध

निसर्गाने जेव्हा या पृथ्वीवर जीवन पेरले, तेव्हा तिने 'हवा' आणि 'पाणी' या दोन गोष्टींना कोणत्याही मूल्याशिवाय, मुक्त आणि अथांग ठेवले होते. एका मुंगीपासून ते माणसापर्यंत प्रत्येकाला या दोन तत्त्वांवर जगण्याचा सारखाच अधिकार होता. पण मानवी बुद्धीने आणि हव्यासाने पहिल्यांदा पाण्याचे व्यापारीकरण केले. नद्यांचे पाणी प्लास्टिकच्या बाटल्यांमध्ये बंद करून पैशांच्या बदल्यात विकायला सुरुवात झाली, तेव्हा माणसाला वाटले की त्याने एक चांगला धंदा शोधला आहे.

पण आता हा धंदा एका विदारक वळणावर आला आहे. भूगर्भातील पाण्याचे साठे संपत आले आहेत, बारमाही नद्या कोरड्या गटारांमध्ये बदलल्या आहेत आणि समुद्राचे पाणी शुद्ध करण्याचे तंत्रज्ञान सामान्यांच्या आवाक्याबाहेर गेले आहे. आपण एका अशा उद्याच्या दिशेने जात आहोत, जिथे देशादेशांमधील किंवा राज्याराज्यांमधील युद्धे सीमेसाठी किंवा सोन्यासाठी होणार नाहीत, तर ती पाण्याच्या एका एका थेंबासाठी लढली जातील. एका सोसायटीचे

लोक दुसऱ्या सोसायटीच्या पाण्याचा टँकर पळवण्यासाठी हातात शस्त्रे घेतील, असे दिवस आता फार दूर राहिलेले नाहीत.

आणि हवेचे काय? ज्या हवेला आपण गृहीत धरले होते, ती हवा आज इतकी विषारी झाली आहे की, 'ऑक्सिजन पार्लर' हे उद्याच्या शहरांचे मुख्य केंद्र बनणार आहेत. श्रीमंत लोक पैशांच्या जोरावर आपल्या घरांमध्ये एअर प्युरिफायर्स लावतील, शुद्ध हवेचे सिलिंडर्स विकत घेतील; पण रस्त्यावर काम करणाऱ्या गरिबांच्या मुलांनी कोणता श्वास घ्यायचा? श्वास घेण्यासाठीही जेव्हा माणसाला स्वतःची लायकी आणि बँक बॅलन्स दाखवावा लागेल, तेव्हा त्या जगाला आपण 'सुसंस्कृत जग' म्हणणार का? आपण निसर्गाचे विनामूल्य वैभव ओरबाडून घेतले आणि आता त्याचेच तुकडे करून ते बाजारात बोली लावून विकत आहोत.

धरणीमातेचे वाळवंटीकरण आणि अन्नाचा वैश्विक संघर्ष

माणसाच्या हव्यासाचा दुसरा सर्वात मोठा प्रहार हा 'खाद्य सुरक्षेवर' (Food Insecurity) होणार आहे. रासायनिक शेती, कीटकनाशकांचा अनिर्बंध भडिमार आणि जंगलांची केलेली निर्घृण कत्तल यामुळे पृथ्वीची सुपीक माती आता संथपणे 'वाळवंटात' बदलू लागली आहे. मातीचा कस संपत चालला आहे. वनस्पतींच्या

परागीभवनासाठी आवश्यक असणारे कीटक आणि मधमाश्या आपण आधीच रसायने फवारून मारून टाकल्या आहेत.

विचार करा एका अशा भविष्याची, जिथे माणसाकडे खिशात पैशांचे ढीग आहेत, पण बाजारात खाण्यासाठी अन्नाचा एक दाणाही शिल्लक नाही. हवामान बदलामुळे पावसाचे चक्र पार बिघडून जाईल. कधी प्रचंड ढगफुटी होऊन उभी पिके एका रात्रीत सडून जातील, तर कधी सलग पाच-पाच वर्षे पाऊस न पडल्यामुळे शेतजमिनींना मोठ्या भेगा पडतील. जेव्हा माती वांझ होते, तेव्हा ती केवळ अन्नधान्य रोखत नाही, तर ती संपूर्ण मानवी संस्कृतीला भुकेच्या खाईत लोटून देते.

अन्नाचा हा तुटवडा केवळ गरिबांनाच मारणार नाही, तर तो संपूर्ण जगामध्ये अराजकता निर्माण करेल. अन्नधान्याची गोदामे लुटली जातील, दुकानांवर पहारे ठेवण्यासाठी लष्कर उभे करावे लागेल. प्राण्यांनी कधीही अन्नाचा संचय केला नाही, त्यांनी कधीही अन्नाचे धंदे केले नाहीत; म्हणून त्यांच्या जगात कधी अकाल येत नाही. पण माणसाने अन्नाला नफ्याचे साधन बनवले, आणि निसर्गाने आता त्याच अन्नाचा अधिकार माणसाकडून हिरावून घेण्याची तयारी सुरू केली आहे.

वाळवंटाच्या वेशीवरः दोन जगांमधील मूक संवाद

शहराच्या बाहेर विस्तीर्ण पसरलेले एक वाळवंट आहे. तिथे काही वर्षांपूर्वीपर्यंत एक नदी वाहत होती आणि कडेला दाट झाडी होती. पण आज तिथे फक्त उन्हात चकाकणारी पांढरी वाळू, सिमेंटचे मोडकळीस आलेले खांब आणि सुकलेल्या झाडांचे सांगडे उभे आहेत. रात्रीची वेळ आहे, आकाशात चंद्र लालसर रंगाचा दिसत आहे कारण हवेत प्रचंड धूळ आणि कार्बनचे थर साचलेले आहेत. या उजाड जमिनीत एक म्हातारा उंट आणि त्या काचेच्या इमारतीतून पळून आलेला एक माणूस एका सुकलेल्या विहिरीच्या कडेला एकत्र बसले आहेत.

माणसाच्या पाठीवरची ऑक्सिजनची टाकी आता रिकामी होत आली आहे. तो अत्यंत कष्टाने श्वास घेतो आहे. त्याच्या हातात सोन्याची काही नाणी आहेत, जी त्याने आपल्या घरातून वाचवली होती. तो उंटाकडे पाहतो आणि अत्यंत क्षीण आवाजात विचारतो, "मित्रा, या संपूर्ण परिसरात कुठेतरी पाण्याचा एक थेंब मिळेल का? माझ्याकडे हे सोने आहे, मी तुला हे सगळे द्यायला तयार आहे, मला फक्त एक घोट पाणी हवे आहे."

उंट आपली मान फिरवतो. त्याच्या डोळ्यात विनाशाचा इतिहास पाहिल्याची एक शांत वेदना आहे. तो मूक नजरेने माणसाला विचारतो, "मानवा, तू या सोन्याच्या नाण्यांचे काय करू? ही नाणी मी खाऊ शकतो का? की यांच्यातून मला पाण्याचा ओलावा मिळणार आहे? जेव्हा तुझे पूर्वज या भूमीवर आले होते, तेव्हा इथे बारमाही वाहणारा पाण्याचा झरा होता. पण तुझ्या विज्ञानाने तिथून खनिजे काढण्यासाठी तो झराच बुजवून टाकला. तू झाडे कापून इमारती बांधल्यास. आज तुझ्याकडे सोने आहे, पण प्यायला पाणी नाही. तुझी बुद्धी तुला कुठे घेऊन आली?"

माणसाच्या डोळ्यातून अगतिकतेचे अश्रू मातीत पडतात आणि पडताच वाळूमध्ये शोषले जातात. तो म्हणतो, "आम्ही प्रगती करत होतो. आम्हाला वाटले आम्ही निसर्गापेक्षा मोठे झालो आहोत. आम्ही भविष्याची सुरक्षा साठवत होतो."

उंट दुःखाने आपले डोके खाली करतो आणि म्हणतो, "भविष्य? तू ज्या मुलांसाठी ही संपत्ती साठवलीस, ती मुले आज शुद्ध हवेअभावी आणि पाण्याअभावी तुझ्याच घरात तडफडून मरत आहेत. प्राण्यांनी कधीही संपत्ती साठवली नाही, पण त्यांनी ही पृथ्वी नेहमी हिरवीगार आणि स्वच्छ ठेवली. आम्ही आमच्या पुढच्या पिढीला जिवंत निसर्ग

दिला; तू तुझ्या पुढच्या पिढीला काय दिलेस? फक्त एक उजाड, मृत वाळवंट."

माणसाचा श्वास थांबतो, त्याच्या हातातली सोन्याची नाणी त्या वाळूत निसटून पडतात. उंट शांतपणे त्या अंधाऱ्या वाळवंटाच्या दिशेने निघून जातो. हा केवळ एक काल्पनिक प्रसंग नाही, हे मानवी अहंकाराचे आणि हव्यासाचे अंतिम, निश्चित भविष्य आहे, जे आज आपल्या दारावर दस्तक देत आहे.

विचारप्रवर्तक प्रश्नः आपण आपल्या मुलांना काय देऊन जात आहोत?

इथे आपण स्वतःला अत्यंत प्रामाणिकपणे काही प्रश्न विचारले पाहिजेत, ज्यांची उत्तरे देण्याची हिंमत कदाचित आज आपल्यात नाहीः

- तुम्ही तुमच्या मुलाच्या नावे बँकेत जे फिक्स डिपॉझिट ठेवत आहात, ते डिपॉझिट भविष्यात त्याला बाजारातून एक लिटर शुद्ध पाणी किंवा एक मिनिटाचा शुद्ध श्वास विकत मिळवून देण्याची हमी देऊ शकते का?
- जर आपण आज आपल्या हव्यासासाठी ही झाडे, या नद्या आणि ही माती उध्वस्त करत आहोत, तर आपण आपल्या मुलांना आई

म्हणण्याचा अधिकार ठेवला आहे का? आपण त्यांचे रक्षक आहोत की त्यांचे सर्वात मोठे शत्रू?

- ज्या दिवशी पृथ्वीवरील शेवटची नदी सुकेल आणि शेवटचे झाड कापले जाईल, त्या दिवशी तुम्ही तुमच्या पैशांच्या नोटा उकळून पिणार का आणि सोन्याचे तुकडे खाऊन जगणार का?

आपण प्रगतीचा जो डोलारा उभा केला आहे, तो अत्यंत ठिसूळ आहे. निसर्गाशिवाय मानवाचे अस्तित्व शून्य आहे, हे सत्य माहीत असूनही आपण रोज डोळे मिटून विनाशाच्या दरीत उड्या का मारत आहोत?

विनाशाची पावले आणि जागृतीची अंतिम हाक

माणसाच्या हव्यासाची ही शर्यत आता एका अशा अंतिम टप्प्यावर आली आहे, जिथून पुढे फक्त सर्वनाश उभा आहे. 'ऑक्सिजन पार्लर' आणि 'पाण्याचे महायुद्ध' हे काही दुरचे भविष्य नाही, तर त्याची सुरुवात आजच आपल्या महानगरांमध्ये झाली आहे. आपण जर आज थांबलो नाही, आपण जर आपल्या संचयवृत्तीला आणि ओरबाडण्याच्या वृत्तीला आवर घातला नाही, तर पुढच्या पिढीला जगण्यासाठी इतकी मोठी किंमत मोजावी लागेल की मानवी संस्कृती स्वतःच्याच ओझ्याखाली चिरडून मरण पावेल.

निसर्गाने दिलेला हा अंतिम इशारा आहे. ती आपल्याला घाबरवत नाहीये, ती आपल्याला जागे करत आहे. प्राण्यांचे ते निस्वार्थ सहजीवन, त्यांचे वर्तमानात जगणे आणि निसर्गाचा आदर करणे हाच आपल्याला वाचवणारा एकमेव मार्ग आहे. आपल्याला आपल्या कुंपणाच्या भिंती तोडाव्या लागतील, नद्यांना त्यांचे स्वातंत्र्य परत द्यावे लागेल आणि मातीचा आदर करावा लागेल.

त्या वाळवंटात पडलेली सोन्याची नाणी आपल्याला हेच शिकवत आहेत की, निसर्गाच्या न्यायालयात पैशांची काहीही किंमत नसते. अजूनही वेळ आहे, आपल्या हातातील कुऱ्हाडी खाली ठेवा आणि पृथ्वीच्या शरीरावर उमटलेले हे घाव भरण्याचा प्रयत्न करा. अन्यथा, उद्याची ती भीषणता आपल्या मुलांचे भविष्य नव्हे, तर त्यांचे थडगे ठरेल. ठरवायचे आपल्याला आहे—त्या चिमुरड्याच्या पाठीवर ऑक्सिजनची टाकी द्यायची, की त्याला मुक्त हवेमध्ये पंख पसरवून जगू द्यायचे!

प्रकरण ६ : अंतिम जागृती – मानवाला स्वतःच्या चुकीची जाणीव

प्राण्यांच्या जीवनशैलीतून घेण्यासारखे धडे

पहाटेची वेळ आहे. सूर्य अजून डोंगराच्या पलीकडेच आहे, पण आकाशाने मखमली केशरी रंगाची छटा धारण केली आहे. जंगलाच्या एका कोपऱ्यात, एका संथ वाहणाऱ्या ओढ्याकाठी पाण्याचे काही थेंब पानांवरून टपकत आहेत. तिथे एक हरिण आपल्या पाडसासह उभी आहे. ती शांतपणे पाणी पिते, आजूबाजूच्या हवेचा अदृश्य गंध घेते आणि तृप्त नजरेने जंगलाच्या अंधाऱ्या वाटेने निघून जाते. तिने ओढ्याचे सगळे पाणी पिण्याचा अट्टाहास केला नाही, की तिने पुढच्या उन्हाळ्यासाठी पाण्याचा साठा करून ठेवण्याची धडपड केली नाही. ती आली, तिने तिची तृष्णा भागवली आणि ती निघून गेली. ओढ्याचे पाणी तिथेच संथपणे वाहत राहिले—दुसऱ्या एखाद्या जीवासाठी, एका लहान पक्षासाठी किंवा मातीच्या कुशीत रुजणाऱ्या एखाद्या बियासाठी.

पण आता या शांततेच्या जगातून बाहेर पडून जरा माणसाच्या सकाळी डोके वर काढून पाहा. वर्तमानपत्रांचे ढीग, मोबाईल स्क्रीनवर

येणारे शेअर्सचे घसरलेले आकडे, नफा-तोट्याची गणिते आणि अधिक संपत्ती साठवण्यासाठी चाललेली माणसांची जीवघेणी धावपळ. माणसाचे घर वस्तूंनी कोंदटून गेले आहे, कपाटांमध्ये कपड्यांचे ढीग आहेत, बँकांमध्ये पैशांचे आकडे वाढत आहेत; तरीही त्याच्या चेहऱ्यावर त्या हरणासारखी 'तृप्ती' का दिसत नाही? आपण इतके ओरबाडूनही आपल्या मनातील असुरक्षिततेची दरी का सांधली जात नाही?

आपण विनाशाच्या ज्या उंबरठ्यावर उभे आहोत, तिथून पुढे जाणे म्हणजे मृत्यूच्या खाईत उडी मारण्यासारखे आहे. पण याच अंधारात प्रकाशाची एक किरण अजूनही जिवंत आहे. तो प्रकाश आपल्याला कोणत्याही प्रयोगशाळेत किंवा विज्ञानाच्या ग्रंथात मिळणार नाही, तर तो आपल्या अवतीभवती सहजतेने जगणाऱ्या प्राण्यांच्या जीवनशैलीत दडलेला आहे. निसर्गाने या मुक्या जीवांच्या रूपाने मानवी संस्कृतीसमोर जगण्याचा एक अत्यंत प्रगल्भ धडा ठेवला आहे. आता वेळ आली आहे की माणसाने स्वतःचा बुद्धीचा अहंकार बाजूला ठेवून प्राण्यांच्या पाठाशाळेत नम्रपणे बसायला हवे.

अपरिग्रहाचे जिवंत तत्त्वज्ञानः प्राण्यांचा 'मिनिमलिझम'

आधुनिक जगात सध्या एका नवीन शब्दाची खूप चर्चा सुरू आहे—'मिनिमलिझम' (Minimalism), म्हणजेच कमीत कमी वस्तूंमध्ये

आणि गरजेपुरते जगणे. माणसाला हा स्वतःचा शोध वाटतो आहे, पण वास्तविकता अशी आहे की प्राण्यांच्या जगात हे तत्त्वज्ञान हजारो-करोडो वर्षांपासून अत्यंत सहजतेने जगले जात आहे.

प्राण्यांच्या जीवनशैलीचा सर्वात मोठा नियम एकच आहे— 'जितकी भूक, तितकेच अन्न; जितकी गरज, तितकाच आश्रय.' जंगलातील एक महाकाय हत्ती दिवसभरात शेकडो किलो पालापाचोळा खातो, कारण ती त्याच्या शरीराची गरज आहे. पण पोट भरल्यावर तो एकाही झाडाची फांदी नाहक तोडत नाही. तो कधीही विचार करत नाही की, "उद्या जर या जंगलात दुष्काळ पडला, तर मी काय खाईन? म्हणून मी आजच चार झाडे उपटून माझ्या जागेवर साठवून ठेवतो." साठवणुकीची ही विकृती प्राण्यांच्या रक्तात निसर्गाने ठेवलीच नाही.

प्राण्यांचा हा 'अपरिग्रह' म्हणजेच गरजेपुरते जगणे ही त्यांची मर्यादा नाही, तर ते या पृथ्वीला समृद्ध ठेवण्याचे सर्वात मोठे साधन आहे. त्यांच्याकडे वस्तूंना कवटाळून धरण्याची वृत्ती नसते. पक्षांचे घरटे पाहा; ते केवळ प्रजननासाठी आणि पिलांच्या सुरक्षेसाठी बांधले जाते. पिले पंख पसरवून उडून गेली की तो पक्षी ते घरटे तिथेच सोडून देतो. तो कधीही त्या घरट्यावर आपल्या नावाचा फलक लावत नाही, की तो

दुसऱ्या पक्षाशी त्या जागेसाठी कायदेशीर लढाई लढत नाही. ते घरटे पुन्हा मातीत मिसळते किंवा दुसऱ्या एखाद्या जीवाच्या कामाला येते.

माणसाने मात्र सुरक्षेच्या नावाखाली 'हव्यासाचे' एक महाकाय जाळे विणले आहे. माणसाला राहण्यासाठी एक घर पुरेसे असते, पण त्याला शहरात चार आणि निसर्गाच्या कुशीत दोन बंगले हवे असतात. त्याला घालण्यासाठी दोन कपडे पुरेसे असतात, पण त्याचे कपाट न वापरलेल्या कपड्यांनी भरलेले असते. माणसाची ही साठवणुकीची प्रवृत्तीच नैसर्गिक संसाधनांचा घास घेत आहे. आपण जेवढ्या जास्त वस्तू साठवतो, तेवढे आपण पृथ्वीचे शरीर ओरबाडत असतो. प्राण्यांचा हा 'मिनिमलिझम' आपल्याला शिकवतो की, खरोखर सुखी होण्यासाठी संपत्तीचा साठा वाढवण्याची गरज नसते, तर गरजांचा संकोच करण्याची गरज असते.

सहअस्तित्वाचा आदिम करारः 'जगा आणि जगू द्या'

निसर्गाच्या पाठातील दुसरा सर्वात महत्त्वाचा धडा म्हणजे 'सहअस्तित्व' (Co-existence). जंगलात प्रत्येक प्राण्याला स्वतःच्या मर्यादा आणि दुसऱ्याच्या अस्तित्वाचा आदर करण्याची उपजत जाणीव असते. तिथे कोणीही दुसऱ्याचा हक्क हिरावून घेण्यासाठी जन्माला आलेला नसतो.

एका विस्तीर्ण कुरणाचे दृश्य डोळ्यांसमोर आणा. तिथे गाई, म्हशी, हरणे आणि लहान ससे एकत्र चरत असतात. एकाच गवतावर सर्वांचे पोट भरत असते. तिथे कधीही अन्नासाठी दंगल होत नाही, की बलवान प्राण्याने कमकुवत प्राण्याला तिथून हाकलून लावल्याचे पाहायला मिळत नाही. मांसाहारी प्राणीही जेव्हा शिकार करतात, तेव्हा ते केवळ स्वतःची भूक भागवण्यासाठी करतात. एका सिंहाचे पोट भरलेले असेल, तर त्याच्या शेजारून हरणांचा कळप गेला तरी तो त्यांच्याकडे ढुंकूनही पाहत नाही. यालाच म्हणतात 'जगा आणि जगू द्या' (Live and Let Live) या नियमाचे जिवंत पालन.

माणसाने मात्र या सहअस्तित्वाच्या कराराचे तुकडे-तुकडे करून टाकले आहेत. माणसाला वाटते की या पृथ्वीवर फक्त त्याचाच अधिकार आहे. त्याने स्वतःच्या सुखसोयींसाठी प्राण्यांचे मार्ग अडवले, त्यांच्या नद्यांचे पाणी पळवले आणि जंगले साफ करून तिथे सिमेंटच्या भिंती उभारल्या. आपण प्राण्यांना आपल्या जगात साधी जागा देण्यास तयार नाही. जेव्हा एखादा बिबट्या भुकेपोटी शहराच्या वेशीवर येतो, तेव्हा आपण त्याला 'उपद्रवी' ठरवून पिंजऱ्यात कोंडतो. पण आपण हे विसरतो की, त्या बिबट्याच्या हक्काच्या घरात आपण आधीच आपली सिमेंटची वसाहत उभी केली आहे.

प्राण्यांची ही सहअस्तित्वाचा आदिम करार आपल्याला हेच शिकवतो की, जर आपल्याला या पृथ्वीवर दीर्घकाळ जगायचे असेल, तर आपल्याला दुसऱ्या जीवांच्या अस्तित्वाचा आदर करावाच लागेल. या पृथ्वीवर जितका अधिकार एका माणसाचा आहे, तितकाच अधिकार मातीतील एका लहान मुंगीचा आणि जंगलातील वाघाचाही आहे.

वेशीवरच्या कुंपणापाशी: दोन जगांमधील मर्मभेदी संवाद

एका राष्ट्रीय उद्यानाच्या (National Park) वेशीवर माणसाने एक लोखंडी, काटेरी कुंपण घातले आहे. त्या कुंपणाच्या आत माणसाने एक पर्यटन केंद्र (Tourism Center) उभारले आहे, जिथे पर्यटक रात्रीच्या वेळी जंगलाचा अनुभव घेण्यासाठी येतात. तिथे रात्रीच्या शांततेत फ्लडलाईट्स लावलेले आहेत आणि गाण्यांचा मोठा आवाज घुमतो आहे. कुंपणाच्या अगदी पलीकडे, जंगलाच्या अंधारात एक वृद्ध लांडगा आणि कुंपणाच्या आत बांधलेला एक पाळीव जवळील कुत्रा एकमेकांसमोर उभे आहेत. त्यांच्यात एक मूक, काळजाला भिडणारा संवाद घडतो.

पाळीव कुत्रा आपल्या गळ्यातल्या चकचकीत पट्ट्याला हलवतो आणि कुंपणाच्या पलीकडे असलेल्या लांडग्याला म्हणतो, "मित्रा, तू त्या अंधारात, थंडीत का फिरत आहेस? इकडे कुंपणाच्या

आत ये ना. माझा मालक मला रोज उत्तम अन्न देतो, राहण्यासाठी मऊ बिछाना देतो. तू जंगलात भुकेने का तडफडत आहेस?"

लांडगा आपले तीक्ष्ण कान हलवतो आणि त्याच्या डोळ्यात एक अथांग स्वातंत्र्य चमकते. तो म्हणतो, "भावा, तुझे ते अन्न आणि तो मऊ बिछाना तुझ्या गळ्यातल्या साखळदंडाची किंमत आहे. मला जंगलात कधी अन्न मिळते, कधी नाही मिळत; पण माझ्याकडे माझे स्वातंत्र्य आहे. मी निसर्गाच्या नियमाने जगतो. माझी भूक मर्यादित आहे."

तो लांडगा कुंपणाच्या आत असलेल्या माणसांच्या गर्दीकडे पाहतो आणि पुढे म्हणतो, "तुझ्या या मालकाकडे पाहा. त्याच्याकडे अन्नधान्याची कोठारे भरलेली आहेत, तरीही तो आमच्या या जंगलाचे लचके तोडण्यासाठी कुऱ्हाड घेऊन उभा आहे. त्याला राहण्यासाठी मोठी शहरे आहेत, तरीही त्याला आमच्या शांततेवर ताबा मिळवायचा आहे. तो इतका साठा कशासाठी करतो आहे? त्याची ही भूक शरीराची नाही, तर त्याच्या मनातल्या हव्यासाची आहे."

कुत्रा शांत होतो. त्याला समजते की त्याचे सोयीस्कर जगणे प्रत्यक्षात एका मोठ्या गुलामगिरीचा भाग आहे. लांडगा अंधारात शांतपणे निघून जातो, पण त्याचा तो प्रश्न त्या काटेरी कुंपणाच्या तारांवर वाऱ्यासह थरथरत राहतो. माणसाकडे या प्रश्नाचे उत्तर नाही,

कारण त्याच्या बुद्धीने त्याला साठवणूक करायला शिकवले, पण तृप्त व्हायला शिकवले नाही.

विचारप्रवर्तक प्रश्नः आपण नक्की काय कमावले?

इथे आपण स्वतःच्या संस्कृतीचा आणि श्रीमंतीचा बडेजाव बाजूला ठेवून, स्वतःच्या अंतरात्म्याला काही अत्यंत गंभीर प्रश्न विचारले पाहिजेतः

- जर प्राण्यांकडे कोणतेही बँक खाते नसताना, कोणतेही लॉकर नसताना ते निसर्गाच्या चक्रात अब्जावधी वर्षांपासून सुरक्षितपणे जगत आहेत, तर मग माणसाकडे सर्व प्रकारची संपत्ती असूनही तो रोज सुरक्षिततेच्या भीतीने का जगत आहे? आपण नक्की काय कमावले?
- संसाधनांचा आदर करणे म्हणजे काय, हे आपल्याला जंगलातील प्राण्यांकडून शिकावे लागत असेल, तर मग आपल्या शिक्षणाचा आणि बुद्धीचा काय उपयोग?
- ज्या दिवशी आपण स्वतःच्या हव्यासापोटी या पृथ्वीवरील सर्व नैसर्गिक संसाधने साठवून ठेवू, त्या दिवशी त्या वस्तूंना खाऊन आपण जिवंत राहू शकू का?

आपण आपल्या सुखसोयींसाठी निसर्गाचे शोषण केले, पण आज आपल्याकडे शुद्ध हवा नाही, पिण्यासाठी स्वच्छ पाणी नाही आणि मनाला जिवंत शांतता नाही. प्राण्यांचे हे साधे जगणे आपल्याला आरसा दाखवत आहे की, प्रगती म्हणजे निसर्गाला जिंकणे नव्हे, तर निसर्गाच्या प्रवाहात स्वतःला वाहू देणे होय.

संसाधनांचा आदर आणि मानवाची अंतिम जागृती

प्राण्यांच्या जीवनशैलीतून मिळणारे हे धडे मानवी संस्कृतीला वाचवणारे अंतिम औषध ठरू शकतात. आपल्याला आपल्या साठवणुकीच्या वृत्तीला (Accumulation Habit) आवरावाच लागेल. 'माझे' आणि 'तुझे' या सीमांना गळवून आपल्याला पुन्हा एकदा त्या 'वसुधैव कुटुंबकम्'च्या भावनेकडे यावे लागेल, जी भावना प्राण्यांच्या जगात अजूनही जिवंत आहे.

संसाधनांचा आदर करणे म्हणजे गरज नसताना झाडाचे एक पानही न तोडणे, पाण्याचा एक थेंबही वाया न घालवणे आणि धरणीमातेच्या शरीरात रसायनांचे विष न कालवणे. प्राण्यांनी पृथ्वीला कधीही प्रदूषित केले नाही, त्यांनी कधीही प्लास्टिकचा कचरा निर्माण केला नाही; म्हणून त्यांचे मरण सुद्धा मातीला सुपीक करून जाते.

माणसालाही आता याच शून्य-कचरा आणि मर्यादित जगण्याच्या शिस्तीकडे वळावे लागेल.

निसर्गाचे घड्याळ आता थांबण्याच्या मार्गावर आहे. जर आपण प्राण्यांच्या या संवेदनशीलतेकडून आणि मिनिमलिझमकडून काही शिकलो नाही, तर मानवाचा हा हव्यासच त्याच्या संस्कृतीचा अंत करेल. त्या ओढ्याकाठी उभी असलेली ती हरिण आपल्याला हेच सांगत आहे की, पृथ्वीवर प्रत्येकाच्या गरजेसाठी पुरेसे आहे, फक्त माणसाने आपला हव्यास सोडायला हवा. अजूनही वेळ आहे, माणसाने जागृत व्हावे आणि प्राण्यांच्या पावलावर पाऊल ठेवून निसर्गाच्या या आदिम, सुंदर लयीशी पुन्हा एकदा नाते जोडावे!

प्रायश्चित्त आणि वैयक्तिक पातळीवर कृती

पहाटेच्या मंद प्रकाशात जेव्हा गल्लीबोळातील कचऱ्याच्या ढिगाऱ्यापाशी एक पाळीव गाय उभी राहून भुकेपोटी प्लास्टिकची पिशवी चघळत असते, तेव्हा तिच्या डोळ्यात एक मूक, कारुण्यमय याचना असते. ती तिथून जाणाऱ्या प्रत्येक माणसाकडे आशेने पाहत असते की, कोणीतरी येईल आणि तिच्या तोंडातील तो विषारी प्लास्टिकचा तुकडा काढून तिथे हिरव्या गवताची एखादी पेंढी ठेवेल. पण सुटाबुटातले लोक हातातील महागडे मोबाईल पाहत, तिच्याकडे पूर्णपणे दुर्लक्ष करून पुढे

निघून जातात. गायीचे ते चघळणे थांबत नाही, आणि ते प्लास्टिक तिच्या पोटात एका न संपणाऱ्या मृत्यूची सावली बनून जमा होत राहते.

या दृश्यावरून नजर सरळ आपल्या स्वतःच्या घराच्या उंबरठ्यावर घेऊन या. आपण रोज सकाळी घरातला कचरा एका प्लास्टिकच्या पिशवीत गोळा करतो आणि तो घराबाहेर फेकून देतो. तो कचरा डोळ्यांसमोरून गेला की आपल्याला वाटते, आपले कर्तव्य संपले, आपले घर स्वच्छ झाले. पण आपण हे विसरतो की, आपल्या या 'स्वच्छतेच्या' कल्पनेने कोणाचे तरी घर उध्वस्त केले आहे, कोणाचा तरी जीव घेतला आहे. हा आपल्या वैयक्तिक जगण्याचा तो भाग आहे, जिथे आपण रोज नकळत निसर्गाचा छळ करत असतो.

आतापर्यंत आपण मानवाच्या सामूहिक हव्यासाचे विदारक परिणाम पाहिले. आपण पाहिले की माणसाने सिमेंटची साम्राज्ये कशी उभी केली आणि निसर्गाचे फुफ्फुस कशी तोडून टाकली. पण हा विनाश केवळ मोठ्या कंपन्यांनी, कारखान्यांनी किंवा सरकारांनी केलेला नाही; याचे छोटे छोटे भागीदार आपण स्वतः आहोत. आपल्या रोजच्या जगण्यातील छोट्या स्वार्थातूनच विनाशाचा हा महापूर जन्माला आला आहे. जर या विनाशाला थांबवायचे असेल, तर त्याचे प्रायश्चित्तही

आपल्याला वैयक्तिक पातळीवर, स्वतःच्या घरातून आणि स्वतःच्या मनापासून सुरू करावे लागेल.

केवळ कायद्यांचे कुंपण की मानसिकतेचे परिवर्तन?

जेव्हा जेव्हा पर्यावरणाचा विचार होतो, तेव्हा माणसाची पहिली प्रवृत्ती असते की, "सरकारने कायदे करायला हवेत, प्लास्टिकवर बंदी घालायला हवी, कारखान्यांना कडक नियम असायला हवेत." आपण कायद्यांच्या मागे स्वतःची जबाबदारी लपवण्याचा आटोकाट प्रयत्न करतो. पण वास्तव हे आहे की, जगातील कोणताही कायदा तोपर्यंत यशस्वी होऊ शकत नाही, जोपर्यंत माणसाच्या मानसिकतेमध्ये अंतर्गत बदल घडत नाही.

प्लास्टिक बंदीचे कायदे अनेकदा झाले, पण प्रत्येक वेळी माणसाने त्या कायद्यांमधून पळवाटा शोधून काढल्या. जोपर्यंत दुकानात गेल्यावर "मला प्लास्टिकची पिशवी नको, माझ्याकडे स्वतःची कापडी पिशवी आहे," हे सांगण्याची आंतरिक जाणीव माणसाच्या मनात निर्माण होत नाही, तोपर्यंत प्लास्टिकचा राक्षस या पृथ्वीला गिळतच राहणार आहे. कायदे माणसाच्या शरीराला नियंत्रित करू शकतात, त्याच्या मनाला नाही.

प्राण्यांच्या जगात कोणताही लिखित कायदा नाही, तिथे कोणतीही संविधानाची पुस्तके नाहीत, की तिथे गुन्हेगारांना शिक्षा देणारे पोलीस नाहीत. तरीही जंगलातली व्यवस्था अब्जावधी वर्षांपासून अचूक चालते आहे. कारण प्राण्यांच्या रक्तात निसर्गाचा आदर करण्याची एक उपजत 'मानसिकता' असते. ते कधीही गरजेपेक्षा जास्त घेत नाहीत. माणसाला मात्र कायद्याचा धाक दाखवावा लागतो, आणि तरीही तो निसर्गाची चोरी करतो. खरा बदल हा कोर्टाच्या आवारात नाही, तर माणसाच्या स्वतःच्या विचारसरणीत घडायला हवा. जेव्हा आपण निसर्गाला एक उपभोगाची वस्तू मानणे सोडून तिला आपल्या कुटुंबाचा एक जिवंत भाग मानू लागून, तेव्हाच खऱ्या प्रायश्चित्ताची सुरुवात होईल.

सूक्ष्म पातळीवरील बदलः विनाशाच्या चक्राला उलट फिरवण्याची ताकद

माणसाला अनेकदा वाटते की, "मी एकटा लहान माणूस आहे, मी घरात प्लास्टिक वापरणे बंद केले किंवा पाण्याचा अपव्यय टाळला, तर त्याने एवढ्या मोठ्या जगाचे प्रदूषण कसे काय कमी होणार?" हा विचार अत्यंत घातक आहे. महासागर हा पाण्याच्या एकाएका थेंबाने बनतो, आणि विनाशाचा डोंगरही आपल्या एकाएका प्लास्टिकच्या

कपामुळे उभा राहिला आहे. म्हणूनच, 'मायक्रो-लेव्हल' (सूक्ष्म पातळी) वरील बदल हेच उद्याच्या जगाला वाचवण्याचे सर्वात मोठे हत्यार आहेत.

प्लास्टिकचा त्याग करणे हा केवळ पर्यावरणाचा उपक्रम नाही, ते या भूमीला दिलेले जीवनदान आहे. आपण वापरून फेकून दिलेली एक प्लास्टिकची छोटी स्ट्रॉ किंवा पाण्याची बाटली समुद्रातल्या कासवाच्या नाकात अडकते किंवा गायीच्या पोटात जाते, हे जेव्हा आपण दृश्य स्वरूपात पाहू, तेव्हा ती बाटली उचलताना आपले हात थरथरले पाहिजेत.

पाण्याच्या पुनर्वापराचेही (Water Recycling) तसेच आहे. आपल्या घरात आरो प्युरिफायरमधून (RO) जे पाणी वाया जाते, ते पाणी एका बादलीत गोळा करून आपण झाडांना देऊ शकतो, घर पुसण्यासाठी वापरू शकतो. पण आपण ते पाणी थेट नाल्यात वाहून जाऊ देतो आणि नंतर नद्या सुकल्या म्हणून ओरडतो. वृक्षारोपण ही केवळ पावसाळ्यातली एका दिवसाची सरकारी मोहीम नसावी, तर ते एका नवीन जिवाला जन्माला घालण्याचे आणि त्याला वाढवण्याचे कौटुंबिक व्रत असायला हवे. आपण लावलेले एक झाड जेव्हा मोठे होते, तेव्हा ते केवळ आपल्याला सावली देत नाही, तर ते हजारो पक्षांचे घर

बनवते, लाखो कीटकांना जगवते आणि मातीचा कस धरून ठेवते. हे सूक्ष्म बदलच या पृथ्वीची इको-सिस्टम पुन्हा जिवंत करू शकतात.

बंगल्याच्या बागेतः एका लहान प्राण्याचा मर्मभेदी धडा

शहरातल्या एका अतिशय पॉश आणि आधुनिक वसाहतीमधील एका मोठ्या बंगल्याची बाग आहे. बागेमध्ये मखमली हिरवे गवत लॉन म्हणून लावले आहे, ज्यावर रोज शेकडो लिटर पाणी स्प्रिंकलरने फवारले जाते. बंगल्याचा मालक, जो शहरातला एक प्रतिष्ठित डॉक्टर आहे, तो सकाळी हातात चहाचा कप घेऊन बागेत येतो. त्याच्या हातात एक प्लास्टिकचा कप आहे, ज्यातून त्याने पाणी पिऊन ते बागेच्या एका कोपऱ्यात फेकून दिले आहे.

नेमक्या त्याच वेळी, त्या बागेच्या कुंपणावरून एक लहानशी खारूताई खाली उतरते. तिच्या तोंडात एक कडुनिंबाची छोटी बी आहे. ती मातीमध्ये आपल्या लहान पायांनी खड्डा खणते आणि ती बी तिथे घट्ट दाबून ठेवते. खारूताईचे हे काम पाहून डॉक्टर हसतात. त्यांना तिची ही कृती मजेशीर वाटते. पण त्या शांततेत, माणसाच्या बुद्धीची आणि त्या प्राण्याच्या संवेदनशीलतेची नजरानजर होते आणि त्यांच्यात एक मूक संवाद घडतो.

डॉक्टर चहाचा घोट घेत मनातल्या मनात विचारतात, "लहान जिवा, तू रोज या बागेत येतोस आणि काहीतरी मातीत लपवून ठेवतोस. तुला याचे काय पैसे मिळणार आहेत? तू हे का करत आहेस?"

खारूताई आपले छोटे डोके उंचावते, तिच्या काळ्याभोर डोळ्यात एक विलक्षण तेज आहे. ती मूकपणे म्हणते, "मानवा, मी पैशांसाठी काम करत नाही. मी निसर्गाच्या नियमाने जगत आहे. काल मी ज्या झाडाची फळे खाल्ली, त्या झाडाचे ऋण फेडण्यासाठी मी आज हे बीज मातीत रोवत आहे. हे माझे कर्तव्य आहे. पण तू काय करत आहेस? तू ज्या मातीने तुला अन्न दिले, जिच्या हवेत तू श्वास घेतोस, तिला रोज हा प्लास्टिकचा कचरा देऊन का छळत आहेस?"

डॉक्टर आपल्या हातातल्या प्लास्टिकच्या कपाकडे पाहतात. त्यांना पहिल्यांदा स्वतःच्या बुद्धीची आणि श्रीमंतीची लाज वाटते.

खारूताई पुढे म्हणते, "तू खूप मोठा डॉक्टर आहेस, माणसांचे प्राण वाचवतोस; पण या धरणीमातेचे प्राण वाचवण्याची जाणीव तुला का नाही? तू लावलेले हे लॉनचे गवत फक्त पाण्याचा अपव्यय करते, ते कोणाला फळ देत नाही की पक्षांना आश्रय देत नाही. मी लावलेले हे कडुनिंबाचे झाड उद्या जेव्हा मोठे होईल, तेव्हा ते तुझ्याच मुलांना शुद्ध

ऑक्सिजन देईल. सांग, खरोखर जगाला जिवंत कोण ठेवत आहे— माझी ही छोटी कृती की तुझा हा मोठा अहंकार?"

खारूताई झाडावर पळून जाते, पण डॉक्टरांच्या हातातील चहाचा कप आता थंड झाला आहे. त्यांच्या डोळ्यांसमोरून तो प्लास्टिकचा कचरा आणि पाण्याचा अपव्यय एका गुन्ह्यासारखा दिसू लागतो. हा केवळ एका माणसाचा प्रसंग नाही, हा आपल्या प्रत्येकाच्या जगण्याचा आरसा आहे. आपण निसर्गाकडून रोज घेतो, पण परत देताना आपण तिला काय देतो?

विचारप्रवर्तक प्रश्नः तुमचे वैयक्तिक ऋण तुम्ही कसे फेडणार?

इथे आपण स्वतःला काही अत्यंत वैयक्तिक आणि मनाला अस्वस्थ करणारे प्रश्न विचारण्याची गरज आहे. आपण स्वतःला सुशिक्षित म्हणवून घेताना, आपल्या दैनंदिन जीवनात नक्की काय करत आहोत?

- तुम्ही दिवसभरात पाण्याचा जो अपव्यय करता—ब्रश करताना बेसिनचा नळ चालू ठेवणे, गाडी धुण्यासाठी पाईप वापरणे—तो अपव्यय करताना तुम्हाला त्या हरणाची आठवण येते का, जी

उन्हाळ्यात पाण्याचा एक थेंब न मिळाल्यामुळे जंगलात मरण पावली?

- तुमच्या मुलाच्या वाढदिवसानिमित्त किंवा कोणत्याही सणा निमित्त तुम्ही बाजारातून आणलेले प्लास्टिकचे सजावटीचे सामान, सण संपल्यावर जेव्हा कचऱ्यात जाते, तेव्हा ते कोणत्या तरी निष्पाप प्राण्याच्या मृत्यूचे कारण बनते, हे माहीत असूनही तुमचे मन शांत कसे राहू शकते?
- आपण देवाची पूजा करतो, त्याला फुले वाहतो; पण देवाने बनवलेल्या या जिवंत निसर्गाचा, तिच्या पाच तत्त्वांचा रोज अपमान करताना आपल्याला अपराधी का वाटत नाही?

निसर्गाचे ऋण फेडण्यासाठी आपल्याला हिमालयात जाण्याची किंवा करोडो रुपयांचे दान करण्याची गरज नाही. आपल्याला फक्त आपल्या जगण्यातील बेजबाबदारपणा बाजूला सारून एका लहान प्राण्यासारखी कृतज्ञता शिकण्याची गरज आहे.

निसर्गाचे ऋण फेडण्यासाठी वैयक्तिक कृतीची सोपी यादी

जर आपल्याला खरोखरच प्रायश्चित्त घ्यायचे असेल आणि या पृथ्वीला पुढच्या पिढीसाठी जिवंत ठेवायचे असेल, तर प्रत्येक व्यक्तीने स्वतःच्या आयुष्यात खालील सोप्या गोष्टींचा अंतर्भाव करायला हवा. ही

केवळ एक यादी नाही, हे आपल्या जगण्याचे नवीन नियम असायला हवेत:

- **कापडी पिशवीचा हक्क**: घरातून बाहेर पडताना स्वतःजवळ नेहमी एक कापडी पिशवी ठेवा. दुकानात गेल्यावर कितीही लहान वस्तू असली, तरी प्लास्टिकची पिशवी घेण्यास स्पष्ट नकार द्या. तुमच्या एका नकाराने एका प्राण्याचा जीव वाचू शकतो.
- **पाण्याच्या थेंबाची किंमत**: पाण्याचा वापर फक्त गरजेपुरताच करा. घरातील आर ओ (RO) किंवा एसीमधून निघणारे वेस्ट पाणी बादलीत गोळा करून त्याचा वापर झाडांसाठी किंवा फरशी पुसण्यासाठी करा. नळ गळत असेल, तर तो तातडीने दुरुस्त करा.
- **मायक्रो-वृक्षारोपण**: वर्षभरात किमान दोन झाडे लावा आणि केवळ लावू नका, तर ती मोठी होईपर्यंत त्यांची एका मुलासारखी काळजी घ्या. जर जागा नसेल, तर गॅलरीमध्ये किंवा खिडकीत पक्षांसाठी पाण्याची आणि दाण्याची सोय करा.
- **एकवेळच्या प्लास्टिकचा संपूर्ण त्याग (Single-use Plastic Use)**: प्लास्टिकचे कप, चमचे, स्ट्रॉ आणि थर्माकोलच्या वस्तूंचा वापर वैयक्तिक आयुष्यात आणि कौटुंबिक कार्यक्रमात

पूर्णपणे बंद करा. त्याच्या बदल्यात मातीची किंवा स्टीलची भांडी वापरा.

- **ओला आणि सुका कचरा वर्गीकरण**: आपल्या घरातील ओला आणि सुका कचरा नेहमी वेगळा ठेवा. शक्य असल्यास ओल्या कचऱ्यापासून घरातच कंपोस्ट खत तयार करा, जे तुमच्या झाडांसाठी अमृतासारखे काम करेल.
- **प्राण्यांविषयी करुणा**: रस्त्यावरील भटक्या प्राण्यांना मारू नका, त्यांना उन्हाळ्याच्या दिवसात पिण्यासाठी घराबाहेर एका भांड्यात स्वच्छ पाणी ठेवा. त्यांच्या अस्तित्वाचा आदर करा.

कृतज्ञतेची नवीन पहाट आणि पृथ्वीचे पुनरुज्जीवन

प्रायश्चित्ताचा हा मार्ग अवघड नाही, त्याला फक्त एका दृढ संकल्पाची आणि संवेदनशील मनाची गरज आहे. आपण जेव्हा स्वतःच्या आयुष्यात हे छोटे बदल घडवून आणू, तेव्हा आपण निसर्गाच्या त्या आदिम लयीशी पुन्हा एकदा जोडले जाऊ. प्राण्यांचे निस्वार्थ सहजीवन आपल्याला हेच सांगते आहे की, या पृथ्वीवर सुंदर राहण्यासाठी आपल्याला मालक बनण्याची गरज नाही, तर तिचे नम्र सेवक बनण्याची गरज आहे.

माणसाने स्वतःच्या चुकीची जाणीव ठेवून जेव्हा पाऊल पुढे टाकले आहे, तेव्हा इतिहास बदलला आहे. आपण उभे केलेले हे सिमेंटचे साम्राज्य जर आपल्या विनाशाचे कारण ठरणार असेल, तर आपल्याच हातातील हे छोटे बदल या पृथ्वीला पुन्हा एकदा हिरवेगार करण्याचे सामर्थ्य ठेवतात.

त्या बागेतल्या कडुनिंबाच्या बीजातून जेव्हा काही दिवसांनी पावसाच्या पाण्याने एक लहानसे कोवळे पान वर येईल, तेव्हा ते मानवी अहंकाराचा पराभव आणि संवेदनशीलतेचा विजय दर्शवत असेल. वेळ अजूनही संपलेली नाही, घड्याळाचे काटे थांबवता येतील; फक्त माणसाला आपल्या हव्यासाचे कुंपण तोडून निसर्गाच्या या महाकुटुंबात पुन्हा एकदा एक लहान बाळ बनून सामील व्हावे लागेल. हीच आपली अंतिम जागृती असेल, आणि हेच या धरणीमातेचे खरे प्रायश्चित्त असेल!

अंतिम संदेश (The Ultimate Truth)

पहाटेच्या गाढ अंधारात, जेव्हा संपूर्ण मानवी वस्ती गाढ झोपलेली असते, तेव्हा या पृथ्वीच्या पाठीवर एक अथांग आणि प्राचीन गूढ शांतता पसरलेली असते. डोंगरांच्या रांगा, संथ वाहणाऱ्या नद्या आणि अब्जावधी वर्षांपासून आकाशात चमकणारे तारे एका विलक्षण लयीत आपले अस्तित्व टिकवून आहेत. जर त्या क्षणी आपण या

पृथ्वीवरून मानवाचे अस्तित्व काही काळासाठी बाजूला केले, तर निसर्गाला त्याची कोणतीही उणीव भासत नाही. वारे तसेच वाहतील, लाटा समुद्राच्या किनाऱ्यावर तशाच धडकत राहतील आणि मातीच्या गर्भातून नवीन अंकुर तसेच उमलत राहतील. निसर्गाचे हे भव्य चक्र माणसाच्या येण्यापूर्वीही असेच चालत होते आणि माणूस गेल्यावरही ते तसेच अविरतपणे चालत राहील.

पण आता या शांततेवरून नजर हटवून जरा सकाळी जाग्या होणाऱ्या मानवी शहरांकडे वळवा. माणसाला वाटते की त्याच्या कारखान्यांच्या धुराड्यांमुळे, त्याच्या शेअर मार्केटच्या आकड्यांमुळे आणि त्याने बांधलेल्या सिमेंटच्या टोलेजंग इमारतींमुळे ही पृथ्वी जिवंत आहे. त्याला वाटले की तो या सृष्टीचा चालक आणि मालक आहे. पण जेव्हा निसर्गाचा एकच मोठा झटका—एखादा भूकंप, एखादी महामारी किंवा भीषण महापूर—येतो, तेव्हा माणसाचे हे तथाकथित आधुनिक जग एका सेकंदात कोसळते. माणूस एका एका श्वासासाठी, पाण्याच्या एका थेंबासाठी आणि अन्नाच्या एका दाण्यासाठी अगतिक होतो.

या अंतिम भागात आपल्याला त्याच परम सत्याचा शोध घ्यायचा आहे, जे सत्य माणसाने स्वतःच्या बुद्धीच्या अहंकारात पार विसरून दिले आहे. हे सत्य कोणत्याही तत्त्वज्ञानाचे कोरडे पाठांतर नाही, तर

हे या पृथ्वीचे सर्वात विदारक वास्तव आहे की—पृथ्वीला मानवाची कधीच गरज नव्हती आणि नाही; पण मानवाला मात्र या पृथ्वीशिवाय एक क्षणही जगणे अशक्य आहे.

आदिम इतिहास आणि मानवाच्या अस्तित्वाची क्षणभंगुरता

आपण ज्या पृथ्वीवर राहतो, तिचा इतिहास साडेचार अब्ज वर्षांपेक्षाही जुना आहे. या अथांग कालखंडाच्या तराजूत जर मानवाच्या इतिहासाचे वजन केले, तर ते अवघ्या काही सेकंदांचे भरेल. मानवाचा या पृथ्वीवरील उगम हा अगदी काल-परवाचा आहे. माणसाच्या जन्मापूर्वी कोट्यवधी वर्षे ही पृथ्वी अत्यंत समृद्ध, हिरवीगार आणि जिवंत होती. इथे महाकाय वनस्पती होत्या, अथांग महासागर होते आणि अशा अनेक प्रजाती होत्या ज्यांनी या भूमीवर लाखो वर्षे राज्य केले.

त्यातलीच एक सर्वात मोठी आणि शक्तिशाली प्रजाती म्हणजे 'डायनासोर'. विज्ञानाचा इतिहास सांगतो की, डायनासोर्सनी या पृथ्वीवर तब्बल १६ कोटी वर्षे राज्य केले. त्यांचा आकार माणसापेक्षा शेकडो पटीने मोठा होता, त्यांची ताकद अफाट होती आणि संपूर्ण पृथ्वीवर त्यांचे साम्राज्य होते. पण जेव्हा निसर्गाचे चक्र बदलले, जेव्हा एका मोठ्या अशनिपातामुळे (Asteroid Impact) या पृथ्वीचे हवामान

एका रात्रीत बदलले, तेव्हा ती महाकाय ताकदही निसर्गाच्या नियमांसमोर टिकू शकली नाही. डायनासोर्स या पृथ्वीवरून असे काही मिटवून टाकले गेले की, आज त्यांचा इतिहास शोधण्यासाठी माणसाला माती उकरावी लागत आहे.

माणसाने स्वतःला या इतिहासाचा आरसा कधी दाखवलाच नाही. डायनासोर्सनी १६ कोटी वर्षे राज्य करूनही जर निसर्गाने त्यांना एका झटक्यात बाजूला केले, तर मानवी संस्कृतीचा इतिहास तर अजून काही हजार वर्षांचाही नाही. आपण तर निसर्गाच्या पाठातले अगदी नवीन आणि कच्चे प्रवासी आहोत. पण आपला अहंकार इतका मोठा आहे की, आपल्याला वाटते आपण या पृथ्वीचे अंतिम सत्य आहोत. आपण हे विसरलो आहोत की, जर आपण निसर्गाच्या मर्यादा ओलांडल्या, तर आपलेही अस्तित्व या पृथ्वीवरून डायनासोरसारखेच पुसून टाकले जाईल, आणि पुढच्या काही युगांनंतर या पृथ्वीवर माणसाचा केवळ एक 'हव्यासी आणि स्वतःचाच विनाश करून घेणारा प्राणी' म्हणून मातीत अवशेष सापडेल.

परावलंबित्वाचे सत्यः पृथ्वी स्वावलंबी, मानव परावलंबी

निसर्गाची रचना ही एका विलक्षण स्वावलंबी व्यवस्थेवर (Self-Sustaining System) आधारलेली आहे. जंगलातल्या प्राण्यांना,

वनस्पतींना आणि मातीला माणसाच्या कोणत्याही विज्ञानाची, त्याच्या पैशांची किंवा त्याच्या तंत्रज्ञानाची गरज नसते. एका लहानशा मुंगीपासून ते अथांग समुद्रात राहणाऱ्या व्हेल माशापर्यंत प्रत्येक जीव निसर्गाच्या आदिम नियमानुसार आपले जीवन चक्र पूर्ण करतो आणि जाताना या पृथ्वीला अधिक समृद्ध करून जातो. प्राण्यांचे मरण सुद्धा मातीला सुपीक करते.

पण माणसाचे काय? माणूस हा या पृथ्वीवरील सर्वात जास्त 'परावलंबी' जीव आहे. माणसाला जगण्यासाठी लागणारा प्रत्येक श्वास हा झाडांनी दिलेल्या ऑक्सिजनवर अवलंबून आहे. त्याच्या शरीरातील रक्ताचा प्रत्येक थेंब हा निसर्गाने दिलेल्या पाण्यावर टिकून आहे. आणि त्याच्या पोटाची भूक ही धरणीमातेच्या कुशीतून उगवणाऱ्या अन्नावर अवलंबून आहे. माणूस निसर्गाशिवाय एक मिनिटही जिवंत राहू शकत नाही, हे त्याचे परम सत्य आहे.

तरीही, माणसाची वागणूक अशी आहे की जणू काही निसर्ग त्याच्यावर अवलंबून आहे. आपण झाडे कापताना विचार करतो की आपण नवीन फर्निचर बनवत आहोत, आपण नद्यांचे पाणी प्रदूषित करताना विचार करतो की आपण कारखाने चालवत आहोत. पण आपण हे विसरतो की, जेव्हा शेवटचे झाड कापले जाईल, तेव्हा फर्निचर

उपयोगाचे उरणार नाही; जेव्हा शेवटची नदी विषारी होईल, तेव्हा कारखान्यांचे सोने पिऊन तहान शमणार नाही. पृथ्वी माणसाशिवाय अत्यंत आनंदाने आणि अधिक वेगाने हिरवीगार होऊ शकते. कोविडच्या लॉकडाऊन काळात आपण सर्वांनी हे उघड्या डोळ्यांनी पाहिले आहे. अवघ्या काही महिन्यांसाठी जेव्हा माणूस घरांमध्ये बंद झाला, तेव्हा नद्यांचे पाणी स्वच्छ झाले, हवेची गुणवत्ता सुधारली आणि आकाशातले पक्षी पुन्हा एकदा मुक्तपणे गाऊ लागले. पृथ्वीने माणसाच्या गैरहजेरीत स्वतःचे पुनरुज्जीवन (Regeneration) अवघ्या काही दिवसांत करून दाखवले. हा निसर्गाने मानवाला दिलेला सर्वात मोठा धडा होता की, "तुम्ही माझ्यासाठी एक आजार आहात; तुम्ही दूर झालात की मी पुन्हा जिवंत होते."

कॉंक्रीटच्या ढिगाऱ्यावरील अंतिम संवाद: विनाशाचे जिवंत चित्र

या अंतिम सत्याची भीषणता एका दृश्यातून स्पष्टपणे डोळ्यांसमोर उभी राहते. उन्हाळ्याची एक भयानक, राखाडी संध्याकाळ आहे. एका मोठ्या शहराच्या मध्यभागी असलेल्या डम्पिंग ग्राउंडवर सिमेंटचे खांब, गंजलेले लोखंड आणि प्लास्टिकच्या कचऱ्याचे डोंगर पसरलेले आहेत. तिथली हवा इतकी विषारी झाली आहे की

श्वास घेणे कठीण आहे. या विनाशाच्या ढिगाऱ्याच्या अगदी टोकावर, जिथे एक सुकलेले आणि काळे पडलेले वडाचे झाड उभे आहे, तिथे एक म्हातारा बिबट्या आणि त्या शहराचा शेवटचा जिवंत राहिलेला शास्त्रज्ञ समोरासमोर आले आहेत. शास्त्रज्ञाच्या पाठीवर ऑक्सिजनची रिकामी होत आलेली टाकी आहे, आणि त्याच्या चेहऱ्यावर मृत्यूची भीती स्पष्ट दिसते आहे.

त्या रात्री, त्या उजाड सिमेंटच्या जंगलात, त्या दोघांच्या नजरेतून एक मर्मभेदी आणि अंतिम संवाद घडतो.

शास्त्रज्ञ आपल्या लॅपटॉपची स्क्रीन बंद करतो, ज्यावर जगाच्या अंताचे आकडे चमकत आहेत. तो अत्यंत हतबलतेने बिबट्याकडे पाहतो आणि म्हणतो, "आमचे सर्व विज्ञान अपयशी ठरले. आम्ही समुद्राचे पाणी शुद्ध करण्याचे तंत्रज्ञान बनवले, आम्ही कृत्रिम हवा बनवण्याचे प्रयत्न केले; पण निसर्गाच्या या महाप्रलयासमोर आमचे काहीच चालले नाही. आमचे साम्राज्य उध्वस्त झाले."

बिबट्या आपले पिवळे, शांत डोळे त्या माणसावर रोखतो. त्याच्या नजरेत राग नाही, तर एक असीम करुणा आहे. तो मूकपणे म्हणतो, "मानवा, साम्राज्य तुमचे नव्हतेच, ते तुम्ही निसर्गाकडून ओरबाडून घेतले होते. तुम्ही स्वतःला या पृथ्वीचे मालक समजण्याची

चूक केली. तुम्ही विसरलात की, ही पृथ्वी अब्जावधी वर्षे तुमच्याशिवाय अत्यंत सुंदर जगली आहे. तुम्ही आलात आणि स्वतःच्या हव्यासाचे कुंपण घालून या जिवंत मातीचे तुकडे केले."

शास्त्रज्ञ रडत म्हणतो, "पण आम्ही आमच्या पुढच्या पिढीसाठी सुरक्षितता साठवत होतो. आम्ही बँका भरल्या, आम्ही शहरे स्मार्ट केली. आमच्या बुद्धीने आम्हाला हेच शिकवले होते."

बिबट्या सुस्कारा सोडत पुढे म्हणतो, "तुमच्या बुद्धीने तुम्हाला साठवणूक करायला शिकवली, पण जगण्याचा मूळ नियम शिकवला नाही—तो म्हणजे सहअस्तित्व. जंगलातल्या एका वाघाने किंवा हरणाने कधीही उद्याची चिंता करून निसर्गाचा गळा घोटला नाही. आम्ही जेवढे घेतले, तेवढेच या मातीला परत दिले. म्हणून पृथ्वी नेहमी जिवंत राहिली. तुम्ही फक्त घ्यायला शिकलात, परत देताना तुम्ही धरणीमातेला फक्त विष दिले. आज तुमचे हे सिमेंटचे साम्राज्य तुमच्याच हव्यासाच्या ओझ्याखाली गाडले गेले आहे. पृथ्वी आता तुमच्याशिवाय पुन्हा एकदा स्वतःला हिरवेगार करेल. पण या नवीन जगात माणसाचे नाव घ्यायलाही कोणी उरणार नाही."

शास्त्रज्ञाचा श्वास कोंडतो, त्याच्या पाठीवरची ऑक्सिजनची टाकी पूर्णपणे रिकामी होते. तो त्या सिमेंटच्या ढिगाऱ्यावर कोसळतो.

बिबट्या शांतपणे त्या अंधाऱ्या, शांत रात्रीच्या गर्भात निघून जातो. हा केवळ एक काल्पनिक प्रसंग नाही, हे मानवी अहंकाराचे अंतिम आणि निश्चित सत्य आहे. आपण सुधारलो नाही, तर हा अंत आपल्या सर्वांचा ठरलेला आहे.

विचारप्रवर्तक प्रश्न: आपण स्वतःला इतिहास बनवत आहोत का?

इथे आपण या पुस्तकाच्या शेवटी उभे राहून, स्वतःच्या अंतरात्म्याला काही अत्यंत धारदार आणि अस्वस्थ करणारे प्रश्न विचारण्याची गरज आहे. हे प्रश्न आपल्याला अपराधी ठरवण्यासाठी नाहीत, तर आपल्याला जिवंतपणी जागे करण्यासाठी आहेत:

- जर डायनासोरसारखी महाकाय आणि १६ कोटी वर्षे राज्य करणारी प्रजाती निसर्गाच्या एका नियमासमोर मातीमोल होऊ शकते, तर मग माणसाचा हा काही शतकांचा सिमेंटचा अहंकार निसर्गाच्या एका कोपापुढे किती काळ टिकेल, याचा विचार तुम्ही कधी केला आहे का?
- आपण आपल्या मुलांना विज्ञानाची प्रगती शिकवत आहोत, की त्यांच्या हातात एका उजाड आणि मृत पृथ्वीचे तिकीट देऊन

जात आहोत? आपण त्यांचे पालक आहोत की त्यांचे सर्वात मोठे मारेकरी?

- ज्या दिवशी माणसाचे अस्तित्व या पृथ्वीवरून पूर्णपणे पुसून टाकले जाईल, त्या दिवशी निसर्गाला माणसाचे कोणतेही नुकसान वाटणार नाही, उलट ती पुन्हा एकदा मोकळा श्वास घेईल—हे सत्य माहीत असूनही तुमचा हव्यास कमी का होत नाही?

आपण पैशाच्या आणि सत्तेच्या बळावर निसर्गाच्या न्यायालयातून सुटू शकत नाही. तिथे माणसाचा कोणताही कायदा चालत नाही. तिथे फक्त एकच नियम चालतो—जो निसर्गाचा आदर करेल तो जिवंत राहील, आणि जो निसर्गाशी स्पर्धा करेल तो स्वतःच स्वतःचा अंत पाहेल.

अंतिम सत्य आणि जागृतीची शेवटची पहाट

निसर्गाची ही अंतिम जागृतीची घंटा आता अतिशय मोठ्या आवाजात वाजू लागली आहे. ५० अंश सेल्सिअसचे तापमान, केदारनाथची दुर्घटना, यमुनेचा विषारी फेस आणि जंगलाबाहेर पडणारे विषाणू—हा निसर्गाने मानवाला दिलेला शेवटचा आणि अंतिम इशारा आहे. निसर्ग आपल्याला सांगत आहे की, "तुम्ही माझे नियम बदलू

शकत नाही. जर तुम्ही सुधारलात नाही, तर मी तुमचे अस्तित्व या पृथ्वीवरून असे संपवून टाकेन की तुमचा इतिहास शोधायलाही कोणी उरणार नाही."

पण या विनाशाच्या सावलीतही आशेची एक शेवटची किरण अजूनही जिवंत आहे. ती किरण म्हणजे आपली 'जागृती'. आपण अजूनही मागे फिरू शकतो. आपल्याला प्राण्यांच्या त्या 'गरजेपुरते जगण्याच्या' आणि 'निसर्गाशी समरस होऊन जगण्याच्या' आदिम पाठाकडे परत जावेच लागेल. प्रगतीची व्याख्या बदलावी लागेल. प्रगती म्हणजे निसर्गाला जिंकणे नव्हे, तर निसर्गाच्या लयीमध्ये स्वतःचे जीवन सुंदर करणे होय.

आपल्याला आपल्या वैयक्तिक आयुष्यात सूक्ष्म बदल करावेच लागतील. प्लास्टिकचा संपूर्ण त्याग, पाण्याचा आदर, झाडांचे रक्षण आणि दुसऱ्या जीवांच्या अस्तित्वाचा स्वीकार—हेच आपल्याला वाचवणारे अंतिम उपाय आहेत. आपण पृथ्वीचे रक्षण करत नाही आहोत, आपण निसर्गावर उपकार करत नाही आहोत; आपण या कृतींमधून स्वतःच्या मानवी प्रजातीचे अस्तित्व वाचवण्याचा शेवटचा प्रयत्न करत आहोत, हे सत्य आपल्याला स्वीकारावेच लागेल.

त्या म्हाताऱ्या वडाच्या झाडावरून जेव्हा तो शेवटचा पक्षी मुक्त आकाशात झेप घेतो, तेव्हा तो संपूर्ण मानवी संस्कृतीला एक अंतिम संदेश देत असतो. हा संदेश शब्दांचा नसतो, तर तो त्याच्या जिवंत अस्तित्वाचा असतो. पृथ्वी अजूनही सुंदर आहे, कारण इथे निसर्गाची संवेदनशीलता जिवंत आहे. माणसाने आता स्वतःच्या बुद्धीचा अहंकार गळवून, निसर्गाच्या या महाकुटुंबात पुन्हा एकदा एक नम्र प्रवासी बनून सामील व्हावे. अन्यथा, विनाशाची ही रात्री अशी काही गडद होईल, ज्याच्या नंतर मानवी संस्कृतीसाठी कोणतीही नवीन पहाट कधीच होणार नाही. निर्णय आपल्या हातात आहे—निसर्गाचे अपत्य बनून जिवंत राहायचे, की तिचा शत्रू बनून कायमचे मातीत मिसळायचे!

संदर्भ ग्रंथ सुची

१. चितमपल्ली, मारुती; आनंदाचे डोही (२००२); कॉंटिनेंटल प्रकाशन, पुणे.
२. पाटील, विश्वास; झाडाझडती (१९९१); राजहंस प्रकाशन, पुणे.
३. साने गुरुजी; बंगालची फाळणी आणि पर्यावरण विचार (१९४५); साधना प्रकाशन, पुणे.
४. पवार, दया; बलुतं (१९७८); ग्रंथाली प्रकाशन, मुंबई.
५. माडगूळकर, व्यंकटेश; गावाकडच्या गोष्टी (१९८१); उत्कर्ष प्रकाशन, पुणे.
६. गाडगीळ, डॉ. माधव; पश्चिम घाट पर्यावरण समिती अहवाल (२०११); भारत सरकार पर्यावरण मंत्रालय.
७. कुलकर्णी, दिलीप; निसर्गायन (१९९८); राजहंस प्रकाशन, पुणे.
८. महाजन, डॉ. श्री. द.; झाडे आणि माणूस (२००५); गंधार्व वेद प्रकाशन, पुणे.
९. चितमपल्ली, मारुती; हरित कळा (२०१०); मेहता पब्लिशिंग हाऊस, पुणे.
१०. कुलकर्णी, दिलीप; आपली सृष्टी आपले धन (२००४); समकालीन प्रकाशन, पुणे.
११. गाडगीळ, डॉ. माधव; देवराया (२०१५); रोहन प्रकाशन, पुणे.
१२. पाटील, विश्वास; पांगिरा (१९९८); राजहंस प्रकाशन, पुणे.
१३. साने गुरुजी; मुक्या प्राण्यांची कैफियत (१९५०); साधना प्रकाशन, पुणे.
१४. मिश्र, अनुपम; आज भी खरे हैं तालाब (१९९३); गांधी शांति प्रतिष्ठान, नई दिल्ली.
१५. प्रेमचंद, मुंशी; गोदान (१९३६); सरस्वती प्रेस, इलाहाबाद.

१६. रेणु, फणीश्वरनाथ; परती परिकथा (१९५७); राजकमल प्रकाशन, नई दिल्ली.

१७. दिनकर, रामधारी सिंह; वातावरण और पर्यावरण चेतना (१९६२); उदयाचल प्रकाशन, पटना.

१८. बहुगुणा, सुंदरलाल; हमारा पर्यावरण (१९९५); राधाकृष्ण प्रकाशन, नई दिल्ली.

१९. आमटे, बाबा; मिट्टी को पुकार (१९८८); लोकभारती प्रकाशन, इलाहाबाद.

२०. गांधी, महात्मा; हिंद स्वराज्य (Hind Swaraj) (१९०९); नवजीवन प्रकाशन, अहमदाबाद.

www.ingramcontent.com/pod-product-compliance
Lightning Source LLC
LaVergne TN
LVHW100312210926
848480LV00003B/1105